എം ടിയും കൂടല്ലൂരും

mtyum koodalloorum

•

m t raveendran

•

first chintha edition
january 2017

•

typesetting
dbh overbridge TVPM

•

published
chintha publishers, thiruvananthapuram

•

•

cover
ambish

•

വിതരണം

ദേശാഭിമാനി ബുക്ക് ഹൗസ്

H O തിരുവനന്തപുരം-695 035
Ph: 0471-2303026, 6063020
www.chinthapublishers.com
chinthapublishers@gmail.com

ബ്രാഞ്ചുകൾ

ഹെഡ്ഡാഫീസ് ബ്രാഞ്ച് കുന്നുകുഴി • സ്റ്റാച്യു തിരുവനന്തപുരം • കെ എസ് ആർ ടി സി ബസ് സ്റ്റേഷൻ ആലപ്പുഴ • കെ എസ് ആർ ടി സി ബസ് സ്റ്റേഷൻ എറണാകുളം • മച്ചിങ്ങൽ ലെയ്ൻ തൃശൂർ • ഐ ജി റോഡ് കോഴിക്കോട് • മാവൂർ റോഡ് കോഴിക്കോട് • എൻ ജി ഒ യൂണിയൻ ബിൽഡിങ് കണ്ണൂർ • സെൻട്രൽ ബസ് ടെർമിനൽ കോംപ്ലക്സ് താവക്കര കണ്ണൂർ

CO - 2438 / 4006
ISBN - 978-93-86364-14-2

എം ടിയും കൂടല്ലൂരും

എം ടി രവീന്ദ്രൻ

ചിന്ത പബ്ലിഷേഴ്സ്
തിരുവനന്തപുരം-695 035

എം ടി രവീന്ദ്രൻ

1944 ജൂൺ 5–ാം തീയതി പാലക്കാട് ജില്ലയിലെ തൃത്താല യ്ക്കടുത്തുള്ള കൂടല്ലൂരിൽ പരേതരായ ശ്രീ മുക്കിങ്ങൽ അച്യുതൻ നായരുടെയും മാടത്ത് തെക്കേപ്പാട്ട് കുഞ്ചു ക്കുട്ടി അമ്മയുടെയും മകനായി ജനിച്ചു. മൂന്നു പതിറ്റാണ്ടി ലേറെക്കാലം ആനക്കര സർവ്വീസ് സഹകരണ ബാങ്കിന്റെ സെക്രട്ടറിയായി ജോലിചെയ്ത് സർവ്വീസിൽനിന്ന് വിരമി ച്ചു. പതിനഞ്ചാം വയസ്സിൽ *മാതൃഭൂമി* ആഴ്ചപ്പതിപ്പിലെ ബാലപംക്തിയിൽ ആദ്യരചന പ്രസിദ്ധീകരിച്ചു. ബാല പംക്തി നടത്തിയ ഒരു കഥാ മത്സരത്തിൽ കഥയ്ക്ക് സമ്മാനം കിട്ടി. മലയാളത്തിലെ പല പ്രസിദ്ധീകരണങ്ങ ളിലും എഴുതിയിട്ടുണ്ട്. *കാലദൂതന്റെ വരവ്* എന്ന ആദ്യ കഥാസമാഹാരം 1984 ൽ പ്രസിദ്ധീകരിച്ചു. ബാലസാഹിത്യ ശാഖയിൽ കവിതകൾ എഴുതിയിട്ടുണ്ട്. 2008 ൽ *കുറുക്കന്റെ കല്യാണം* എന്ന പേരിൽ ബാലകവിതകളുടെ ഒരു പുസ്തകം പ്രസിദ്ധീകരിച്ചിട്ടുണ്ട്. ദീർഘകാലം ഒന്നും എഴു താതെയുമിരുന്നു.

കൂടല്ലൂരിൽനിന്ന് *ജാലകം* എന്ന പേരിൽ ഒരു ലിറ്റിൽ മാഗ സിൻ പ്രസിദ്ധീകരിച്ചിരുന്നു. അതിന്റെ പത്രാധിപരായി പ്രവർത്തിച്ചിട്ടുണ്ട്. *മാതൃഭൂമി*യുടെ ആനക്കരയിലെ പ്രാദേ ശിക ലേഖകനായി ഒരു വർഷത്തിലേറെക്കാലം പ്രവർത്തി ച്ചിട്ടുണ്ട്.

ഭാര്യ : ആളൂർ ശാന്തകുമാരി
മക്കൾ : ലേഖ രാജഗോപാൽ, ആര്യ

വിലാസം : അക്ഷര
കൂടല്ലൂർ പി ഒ 679554
ഫോൺ : 0466 2254363

ഉള്ളടക്കം

പ്രസാധകക്കുറിപ്പ്

എം ടിയെപ്പറ്റിയുള്ളതെല്ലാം തനിക്കറിയാം എന്ന സ്വകാര്യ അഹങ്കാരം മലയാള വായനക്കാരിൽ ഓരോ ആൾക്കുമുണ്ട്. അത്രയ്ക്കടുത്ത ആളാണ് എം ടി; ഓരോ വായനക്കാരനും. തന്നെപ്പറ്റി, നാടിനെപ്പറ്റി ഇത്രയേറെ തുറന്നെഴുതിയ ഒരാൾ വേറെ ഉണ്ടാവില്ല. നേരിട്ടദ്ദേഹം പറഞ്ഞില്ല. എന്നാൽ നാമതറിഞ്ഞു. മലയാളിയുടെ വായനാനുഭവങ്ങളിൽ കർക്കിടക മഴയും പട്ടിണിയും അനുരാഗത്തിന്റെ നൊമ്പരങ്ങളും ബാല്യകൗമാരങ്ങളുടെ പിടച്ചിലുകളുമെല്ലാം ബ്ലാക് ആന്റ് വൈറ്റ് ചലച്ചിത്രത്തുണ്ടുകൾപോലെ പതിച്ചുവെച്ച ആളാണ് എം ടി വാസുദേവൻ നായർ. എം ടിയെപ്പറ്റി എന്തെഴുതിയാലും സൂക്ഷിക്കണം. കാരണം മറ്റാരോ അതെഴുതിക്കഴിഞ്ഞിട്ടുണ്ടാവും. എം ടി യുടെ കുടുംബത്തിൽ നിന്നൊരാൾ അതും അമ്മ വഴിയിലെ അനുജൻ ഏട്ടനെക്കുറിച്ചെഴുതുമ്പോൾ അതിൽ പുതുതായി എന്തെങ്കിലും ഉണ്ടാകും, അല്ലേ? *എം ടിയും കൂടല്ലൂരും* എന്ന കൃതിയിലേക്ക്, എം ടി യുടെ കാല്പാടുകൾ പതിഞ്ഞ മണ്ണിലേക്ക്, നമ്മൾ കാലുകൾ വയ്ക്കുക.

ചിന്ത പബ്ലിഷേഴ്സ്

ഭാഷയുടെ സംഗീതം

ഇയ്യങ്കോട് ശ്രീധരൻ

ആർദ്രമായ അനേകം ഓർമ്മകളുടെ അതീവ സുന്ദരങ്ങളായ കുറിപ്പുകളാണ് എം ടി രവീന്ദ്രൻ അവതരിപ്പിക്കുന്നത്.

ലോകസാഹിത്യചരിത്രത്തിൽ ടോൾസ്റ്റോയിയുടെ യാസ്താപൊളിയാനപോലെ കേരളത്തിലെ കൂടല്ലൂരുമുണ്ട്. ഭാരതപ്പുഴയുടെ താരാട്ടുപാട്ടിൽ ഒരു പൈതലെപ്പോലെ ഉറങ്ങുകയും ഉണരുകയും ചെയ്യുന്ന ഗ്രാമം. കൂടല്ലൂർ എന്ന ഗ്രാമം മലയാണ്മയ്ക്കു നല്കിയ വരദാനമാണല്ലോ എം ടി.

എം ടിയുടെ ചെറിയമ്മയുടെ മകൻ എം ടി രവീന്ദ്രൻ എഴുതിയ കുറിപ്പുകൾ ഒറ്റ ഇരിപ്പിൽ വായിച്ച് അവസാനിപ്പിക്കുന്ന മട്ടിൽ സഹൃദയത്വത്തെ പ്രലോഭിപ്പിക്കുന്നു. ഇതു മുഖസ്തുതിയല്ല. വസ്തുതാ കഥനം മാത്രം. രവീന്ദ്രൻ ധാരാളം ചെറുകഥകൾ എഴുതിയിരുന്നു– എം ടിയും ഇത് സൂചിപ്പിച്ചിരുന്നു. ഇടക്കാലത്ത് ആ ഏർപ്പാട് നിർത്തി. എന്നാൽ ഇതാ അദ്ദേഹം തിരിച്ചെത്തിയിരിക്കുന്നു. തന്റെ ഏട്ടനെക്കുറിച്ചുള്ള മധുരസ്മരണകളുടെ താളമേള സമ്മിശ്രമായ സംഗീതത്തിലൂടെ. ഭാഷയിൽ സംഗീതമുണ്ടെന്ന് ബോദ്ധ്യപ്പെടാറുണ്ട്. എം ടി തന്നെ ഉദാഹരണം. ശൈലി ലളിതമാണ്. സുതാര്യമാണ്. വള്ളുവനാടൻ മലയാളത്തിന്റെ വളകിലുക്കം മാറ്റൊലിക്കുന്ന കൃതിയാണിത്. ഇത് അനേകം പേർ വായിക്കും എന്ന് എനിക്ക് ബോദ്ധ്യമുണ്ട്.

സ്നേഹത്തിന്റെ തണൽമരം

ആലങ്കോട് ലീലാകൃഷ്ണൻ

മനുഷ്യപ്പറ്റില്ലാത്ത പരുക്കൻ മനുഷ്യനെന്ന് എം ടി വാസുദേവൻ നായരെക്കുറിച്ച് ഒരപഖ്യാതി എങ്ങനെയോ മലയാളമനസ്സിൽ പതിഞ്ഞിട്ടുണ്ട്. പലരും ബോധപൂർവ്വം അതു സ്ഥാപിച്ചെടുക്കാൻ ശ്രമിച്ചിട്ടുമുണ്ട്. പുറമേക്ക് സദാ ഗൗരവം പുലർത്തുന്ന എം ടിയുടെ പ്രകൃതം അതിനൊരു കാരണമായിട്ടുണ്ടാവാം. പക്ഷേ, അടുത്തു പെരുമാറിയവർക്കെയറിയാവുന്ന ഒരു യാഥാർത്ഥ്യമുണ്ട്. മറ്റുള്ളവരുടെ പ്രയാസങ്ങളെക്കുറിച്ച് ഇത്രയേറെ കരുതലോടെ പെരുമാറുകയും അവരോടൊപ്പം വേദനിക്കുകയും ചെയ്യുന്ന ഒരെഴുത്തുകാരൻ എം ടിയെപ്പോലെ നമുക്ക് വേറെയില്ല. അതദ്ദേഹം ഒരിക്കലും ഒരു ബാഹ്യപ്രകടനമാക്കാറില്ലെന്നു മാത്രം. അഗാധമായ ആ മൗനത്തിനുള്ളിൽ മറ്റുള്ളവർക്കായി സ്പന്ദിക്കുന്ന ആയിരമായിരം ലവണസമുദ്രങ്ങളുണ്ട്. അല്ലെങ്കിൽ ഇത്രയേറെ സ്നേഹാർദ്ര നിമിഷങ്ങൾ എം ടിക്ക് തന്റെ രചനകളിൽ സൃഷ്ടിക്കാൻ കഴിയുമായിരുന്നില്ല.

ആധുനിക യാന്ത്രിക ജീവിതത്തിന്റെ ഭീഷണമായ മനുഷ്യവിരുദ്ധതകൾക്കു മുന്നിൽ നിന്നപ്പോഴൊക്കെ അസ്തമിച്ചുകൊണ്ടിരിക്കുന്ന ഗ്രാമീണ തരളതകളെയും നഷ്ടമായിപ്പോയ വിശുദ്ധ സ്നേഹങ്ങളെയും കാപട്യങ്ങളുടെ ആഴക്കയങ്ങളിൽ കാണാതായിപ്പോയ കണ്ണീരിന്റെ ലവണസത്തകളെയും അദ്ദേഹം നമുക്കു കാണിച്ചുതന്നിട്ടുണ്ട്. ഓരോ തവണ വായിക്കുമ്പോഴും കണ്ണു നനയിക്കുന്ന വിധത്തിൽ നെഞ്ച് കനം കെട്ടിച്ചുകൊണ്ട് അദ്ദേഹം എണ്ണമറ്റ മനുഷ്യനിമിഷങ്ങളെ വികാരസാന്ദ്രമായി നിലനിർത്തിയിട്ടുണ്ട്. എഴുത്തിന്റെ മാത്രമല്ല, ജീവിതത്തിലും ഇരുചെവിയറിയാതെ എത്രയെത്രയോ ആളുകളെ അദ്ദേഹം സഹായിച്ചുകൊണ്ടിരുന്നു. ഇപ്പോഴും സഹായിച്ചുകൊണ്ടിരിക്കുന്നു. പക്ഷേ, എന്തുകൊണ്ടോ വളരെ അടുത്തറിയാവുന്നവർപോലും ഇതൊക്കെ അങ്ങനെ

വെളിപ്പെടുത്താൻ ശ്രമിക്കാറില്ല. ഒരുപക്ഷേ, എം ടി അതിഷ്ടപ്പെടുന്നില്ല എന്നറിയാവുന്നതാവാം കാരണം. ഒരിക്കലും തന്നെക്കുറിച്ചോ തന്റെ രചനകളെക്കുറിച്ചോ എം ടി വീമ്പു പറയാറില്ല. യാതൊരവകാശവാദങ്ങളു മുന്നയിക്കാറില്ല. മറ്റുള്ളവരെ അപവദിക്കാറുമില്ല. അടുത്തറിയുന്നവർ അങ്ങനെ ചെയ്യുന്നതും അദ്ദേഹത്തിനിഷ്ടമില്ല. കാണപ്പെട്ട പരിമിതികളോടെ മാത്രം താൻ സ്നേഹിക്കപ്പെട്ടാൽ മതി എന്നാണ് എം ടിയുടെ പ്രഖ്യാപിത നിലപാട്.

കാലത്തിന്റെ ദൗത്യം

ഇത് കാലം ആവശ്യപ്പെടുന്ന ഒരു ദൗത്യമാണ് എന്ന് എം ടി രവീന്ദ്രൻ കരുതുന്നുണ്ടാവാം. ഇത് കാലം ആവശ്യപ്പെടുന്ന ഒരു ദൗത്യമാണ് എന്നദ്ദേഹം കരുതുന്നുണ്ടാവും. എം ടിയെക്കുറിച്ച് എം ടിയുടെ കുടുംബത്തിൽനിന്നു വന്ന ഏറ്റവും ആത്മാർത്ഥമായ പുസ്തകം എന്ന് ഈ പുസ്തകത്തെ വിശേഷിപ്പിക്കാം ഇതിൽ എം ടി എന്ന സ്നേഹനിധിയായ ഒരുണ്ണ്യേട്ടനുണ്ട്. (കുടുംബത്തിലെ പിൻതലമുറയ്ക്ക് അദ്ദേഹം ഉണ്ണ്യേട്ടനും ഉണ്ണിമാമയുമൊക്കെയാണ്.) കാപട്യലേശമില്ലാത്ത എം ടി എന്ന ഗ്രാമീണ മനുഷ്യനുണ്ട്.

എം ടി രവീന്ദ്രന്റെ തന്നെ വാക്കുകൾ വായിക്കുക:

"അടുത്ത ഏതാനും സുഹൃത്തുക്കൾക്കേ അറിയൂ.

അടുത്തിടപഴകാൻ കഴിഞ്ഞ ചില കുടുംബാംഗങ്ങൾക്കേ അറിയൂ.

തെളിനീരുപോലെ ആർദ്രമാവുന്ന മനസ്സ്.

കുടുംബാംഗങ്ങളുടെയും അടുത്ത ബന്ധുക്കളുടെയും ദുഃഖത്തിലും ദുരന്തത്തിലും പതനത്തിലുമൊക്കെ ആർദ്രചിത്തനാവുന്ന ഉണ്ണ്യേട്ടനെ ഞാൻ പലപ്പോഴും കണ്ടിട്ടുണ്ട്."

തനിക്കും തന്റെ സഹോദരിക്കും അമ്മയ്ക്കുമെന്നല്ല, കുടുംബത്തിലെ ഒട്ടെല്ലാപേർക്കും എം ടി ചെയ്ത എണ്ണമറ്റ സഹായങ്ങൾ രവീന്ദ്രൻ ഈ പുസ്തകത്തിൽ എണ്ണിയെണ്ണി പറയുന്നുണ്ട്. മറ്റു പലരെയും പോലെ, എം ടിയിൽനിന്നും സഹായം സ്വീകരിച്ചു എന്നു വെളിപ്പെടുത്തുന്നത് ഒരു കുറച്ചിലായി അദ്ദേഹം കരുതുന്നില്ല. പുസ്തകത്തിൽ അനുസ്മരിക്കപ്പെടുന്ന പല നിമിഷങ്ങളും കണ്ണുനനയ്ക്കുന്ന വിധത്തിൽ ഹൃദയസ്പർശിയാണ്.

രവി കുട്ടിയായിരുന്ന കാലത്ത് ആദ്യത്തെ ശമ്പളം കിട്ടി എം ടി നാട്ടിൽ വരുന്നു.

ചെറിയമ്മയെ കാണാൻ വന്നപ്പോൾ രവിക്കു നേരെ ഒരു പൊതി നീട്ടുന്നു.

"നടുമുറ്റത്തിന്റെ വെളിച്ചത്തിൽ ഞാനാ പൊതിതുറന്നു. തൊട്ടുനോക്കുമ്പോൾ നല്ല മിനുസം. ആകാശത്തിന്റെ നീലനിറമുള്ള ഷർട്ടിന്റെ തുണി. മിനുമിനുത്ത ട്രൗസർ തുണി. എന്റെ മനസ്സ് സന്തോഷംകൊണ്ടു നിറഞ്ഞു. കുറവരുടെ കൈയിൽനിന്ന് അമ്മ വാങ്ങിത്തന്നിരുന്ന, ഒന്നു

തിരുമ്മിക്കഴിയുമ്പോഴേക്ക് ചായമിളകി നരച്ചു തുടങ്ങുന്ന ഷർട്ടും പരുക്കൻ വള്ളി ട്രൗസറും മാത്രമേ അതുവരെയും എനിക്കുണ്ടായിരുന്നുള്ളൂ."

തനിക്ക് അഞ്ചുവയസ്സു തികയും മുൻപ് അച്ഛൻ മരിച്ചുപോയ രവീന്ദ്രന് എം ടി പലപ്പോഴും നല്കിയത് അച്ഛന്റെയും ജ്യേഷ്ഠന്റെയും സ്നേഹമാണ് എന്ന് അദ്ദേഹം ഓർക്കുന്നു. ഒരു വിഷുക്കാലത്ത് കൂർത്തവളപ്പിൽ കുട്ടേട്ടൻ എന്ന ബന്ധുവിന്റെ കൂടെ രവി കോഴിക്കോട്ട് എം ടിയെ കാണാൻ ചെന്നു.

പോരാൻനേരം യാത്ര പറഞ്ഞപ്പോൾ എം ടി ഒപ്പം വന്ന് നഗരത്തിലെ ഒരുപടക്കക്കടയിൽനിന്ന് കുറെ പടക്കങ്ങളും പൂത്തിരികളും മത്താപ്പുകളും നിലച്ചക്രങ്ങളുമൊക്കെ തെരഞ്ഞെടുത്തു വാങ്ങി പൊതിഞ്ഞുകെട്ടി രവിയെ ഏല്പിച്ചു:

"നിനക്കാണ്"

പിന്നെ കുട്ടേട്ടനോടു പറഞ്ഞുവത്രെ:

"അവന് ആരാ പടക്കമൊക്കെ വാങ്ങിക്കൊടുക്കാനുള്ളത്?"

ഒരു ജൈവബന്ധത്തിന്റെ നുറുങ്ങുകൾ

പലതരത്തിൽ അനാഥത്വമനുഭവിക്കുന്നവരോട് എം ടി എപ്പോഴും പുലർത്തിപ്പോരുന്ന ഇത്തരം അഗാധവും ആത്മാർത്ഥവുമായ സഹഭാവം ഈ പുസ്തകത്തിന്റെ മൗലികമായ ഒരു കണ്ടെത്തലാണ്. എം ടിയുടെ സവിശേഷമായ സർഗ്ഗവ്യക്തിത്വത്തിലേക്കുകൂടി അത് വാതിലുകൾ തുറന്നിട്ടുണ്ട്.

എം ടിയും ചെറിയമ്മയും തമ്മിൽ നിലനിന്നിരുന്ന ആഴമേറിയ സ്നേഹബന്ധത്തിന്റെ ഗ്രാമീണഭാവങ്ങൾ പുസ്തകത്തിലെ ഹൃദ്യമായ മറ്റൊരനുഭവമാണ്. എം ടി കണ്ടെത്തിയ ഗ്രാമീണ കഥാപാത്രങ്ങളുടെ യഥാർത്ഥ പശ്ചാത്തലങ്ങളും കഥകളുമൊക്കെ കൂട്ടത്തിൽ കടന്നുവരുന്നുണ്ട്. എം ടി എന്ന ഗ്രാമീണന്റെ മറയില്ലാത്ത പെരുമാറ്റങ്ങളും സഹജദൗർബല്യങ്ങളും ശിശുസഹജമായ നൈർമ്മല്യവുമൊക്കെ കഥ പറയുന്ന ചാതുര്യത്തോടെ എം ടി രവീന്ദ്രൻ വരച്ചിടുന്നു. ഗ്രാമത്തിൽ നമുക്കു ചിരിക്കുന്ന എം ടിയെ കാണാം. ഒറ്റയിരിപ്പിൽ വായിച്ചുപോകാവുന്നവിധം ഹൃദ്യവും ലളിതവുമായ തെളിഞ്ഞ മലയാള ഭാഷയാണ് ഈ പുസ്തകത്തിന്റെ പ്രധാന സൗന്ദര്യം.

എം ടിയും കൂടല്ലൂരും തമ്മിലുള്ള ജൈവബന്ധത്തിലൂടെ സഞ്ചരിക്കുമ്പോൾ കഥാകാരനായ എം ടി രവീന്ദ്രൻ കണ്ടുമുട്ടുന്ന കഥാപാത്രങ്ങളും മനുഷ്യരും കഥാസന്ദർഭങ്ങളുമൊക്കെ ഇതിലുണ്ട്. പലപ്പോഴായി പ്രസിദ്ധപ്പെടുത്തിയ ലേഖനങ്ങൾ എന്ന നിലയിൽ കൂട്ടിച്ചേർത്തപ്പോൾ ചില ആവർത്തനങ്ങൾ വന്നിട്ടുണ്ട്. എന്ന കാര്യം വേണമെങ്കിൽ പുസ്തകത്തിന്റെ ഒരു ദോഷമായി പറയാം. എങ്കിലും ഈ കൃതി, പുറമേയ്ക്കു പരുക്കനായ എം ടിയുടെ അകക്കാമ്പ് വെളിപ്പെടുത്തുന്നുണ്ട്.

ഒറ്റപ്പെടുത്തപ്പെട്ടപ്പോഴും അപവദിക്കപ്പെട്ടപ്പോഴും ലോകത്തിന്റെ മുഴുവൻ ദേഷ്യത്തോടും ദുഃഖങ്ങളോടും പ്രതിഷേധിക്കാൻവേണ്ടി സ്വന്തം ശിരസ്സിൽ വെട്ടുകമാത്രം ചെയ്ത സ്വന്തം കഥാപാത്രത്തെപ്പോലെ എം ടി എന്ന മനുഷ്യൻ സ്നേഹമായി മാത്രം വെളിച്ചപ്പെടുന്നത് ഈ പുസ്തകത്തിൽ നിന്നറിയാം.

പുസ്തകം വായിച്ചുകഴിയുമ്പോൾ എം ടി രവീന്ദ്രന്റെ വാക്കുകൾ ഒരുപാട് മനുഷ്യരുടെ മനസ്സിന്റെ പ്രാർത്ഥനയായിത്തീരുന്നതായി വായക്കാർക്ക് അനുഭവപ്പെടും.

“ചിലപ്പോൾ.... ഒരു വ്യാമോഹമായിരിക്കാം.

ഒരേയൊരു പ്രാർത്ഥനയേയുള്ളു.

ഈ തണലിലിരുന്ന് ഞങ്ങൾക്ക് കണ്ണടയ്ക്കണം. അമരന്മാരുടെ നാടായ ഞങ്ങളുടെ ഗ്രാമത്തിൽ ഞങ്ങൾക്ക് എന്നും ഈ തണൽമരം ഉണ്ടാവണം.”

കഥ പൂത്ത ദേശത്തേക്കുള്ള വഴി

സ്വന്തം ജന്മദേശമായ കൂടല്ലൂർ ഗ്രാമത്തെ ലോക ഭൂപടത്തിൽ തന്നെ അടയാളപ്പെടുത്തിയ എഴുത്തുകാരനാണ് എം ടി. തന്റെ പേരിനോടുകൂടി ജന്മസ്ഥലം കുറിച്ചല്ല എം ടി എഴുതാൻ തുടങ്ങിയത്. കൂടല്ലൂരിലെ അല്പജ്ഞാനികളായ ചിലർക്കെങ്കിലും ആദ്യകാലങ്ങളിൽ എം ടി സ്ഥലപ്പേര് വെച്ച് എഴുതാത്തതിൽ പരാതിയുണ്ടായിരുന്നു. ബാല്യത്തിൽ തന്നെ പേരിനോട് 'നായർ' ചേർത്തതിന്റെ കാരണത്തെക്കുറിച്ച് പണ്ടെന്നോ എം ടി തന്നെ പറഞ്ഞിട്ടുണ്ട്. ബാലനാണെന്ന പേരിൽ പത്രാധിപ സമിതി അംഗങ്ങളിൽ നിന്ന് അവഗണിക്കപ്പെടാതിരിക്കാനും മുതിർന്ന ആളാണ് എഴുതുന്നതെന്ന് അറിയിക്കാനും വേണ്ടിയാണത്രെ ഇങ്ങനെ പേര് ചേർത്തതെന്നാണ് മനസ്സിലാക്കിയിട്ടുള്ളത്.

കൂടല്ലൂരിൽ ജീവിച്ചിരിക്കുന്ന കാരണവന്മാരിൽ പലർക്കും എം ടി ഇപ്പോഴും അവരുടെ പ്രിയപ്പെട്ട വാസുവാണ്. ചെറുപ്പക്കാർക്ക് വാസ്വേട്ടനാണ്. കുടുംബാംഗങ്ങളിൽ ഞാനടക്കം ചിലർക്ക് പ്രിയപ്പെട്ട ഉണ്ണ്യേട്ടനാണ്. കുടുംബത്തിലെ ഇളംതലമുറക്കാർക്ക് ഉണ്ണി മാമയാണ്.

കൂടല്ലൂരിന്റെ കിളിവാതിൽ തുറന്നിട്ട് അദ്ദേഹം ലോകസാഹിത്യത്തിന്റെ അനന്തമായ ആകാശം കണ്ട ആളാണ്. സർഗ്ഗാത്മകതയുടെ ചിറകുകളിൽ, ആ ഉയരങ്ങളിലേക്ക് പറന്ന് എം ടി അവിടെ സ്വന്തമായ ഒരിടം കണ്ടെത്തി. എം ടിയുടെ ജന്മസ്ഥലം തേടി വായനക്കാരും എഴുത്തുകാരും ആരാധകരും ഇടയ്ക്കിടെ കൂടല്ലൂരിൽ വരുന്നു. എം ടിയുടെ വീടും തറവാടും കാണാൻ പോകുന്നു. കഥാപാത്രങ്ങളെ അന്വേഷിക്കുന്നു. കൂടല്ലൂരിനെ പുറംലോകം അറിയുന്നത് എം ടിയുടെ ജന്മസ്ഥലം എന്ന നിലയിലാണ്. കൂടല്ലൂരിന് പുറത്തേക്ക് പോകുന്നവർ ഇന്ന് അഭിമാനത്തോടെ അവകാശപ്പെടുന്നു.

13 എം ടിയും കൂടല്ലൂരും

എം ടി രവീന്ദ്രൻ

"ഞാൻ കൂടല്ലൂർക്കാരനാണ്– എം ടിയുടെ നാട്ടുകാരൻ."

കൂടല്ലൂരിൽ കഥയുടെ അക്ഷയഖനിയുണ്ടെന്ന് കണ്ടെത്തിയത് എം ടിയാണ്. നേരറിവുകളും കേട്ടറിവുകളും തന്റെയും സ്വന്തം കുടുംബാംഗങ്ങളുടെയും അയൽക്കാരുടെയും അനുഭവങ്ങളും അക്ഷരങ്ങളുടെ നെരിപ്പോടിൽ ഊതിയുരുക്കി സർഗ്ഗസൃഷ്ടിയിലൂടെ മനോഹരമായ ആടയാഭരണങ്ങളാക്കി മലയാളത്തിന്റെ മാറിലണിയിച്ച എഴുത്തുകാരനാണ് അദ്ദേഹം. കേരളം ഇന്നോളം കണ്ട മഹാരഥന്മാരായ എഴുത്തുകാരിൽ മുൻപന്തിയിൽ തന്നെ തല ഉയർത്തി നില്ക്കാൻ എം ടി ക്ക് കഴിഞ്ഞതിന്റെ പൊരുളും മറ്റൊന്നല്ല.

കണ്ണാന്തളികൾ പൂത്തു വിടർന്നു നിന്ന കുന്നിൽ ചെരിവിലൂടെ, ഞാവൽപഴങ്ങൾ വീഴുന്ന വീട്ടിക്കാട്ടിലൂടെ, നിശ്ശബ്ദതയുടെ പച്ചത്തുരുത്തായി നില്ക്കുന്ന 'അതിരാളൻകാവി' ലൂടെ, തന്റെ പ്രിയപ്പെട്ട നിളാനദിക്കരയിലൂടെ കഥയുടെ നിധി തേടിയുള്ള ഈ ഏകാന്തപഥികന്റെ അന്വേഷണങ്ങൾക്കും അവസാനമില്ല.

കൂടല്ലൂരിന്റെ പടിയിറങ്ങി മരണത്തിന്റെ കാണാക്കയങ്ങളിലേക്ക് പോയി മറഞ്ഞ പലരും ഇപ്പോഴും അക്ഷരങ്ങളിലൂടെ വായനക്കാരുടെ മനസ്സിൽ അമരന്മാരായി നില്ക്കുന്നു.

എം ടിയുടെ കഥാപാത്രങ്ങളിൽ പലരും എം ടിയുടെ കുടുംബാംഗങ്ങളോ, ബന്ധുക്കളോ, അയല്ക്കാരോ ആണ്. ചമയങ്ങളില്ലാതെ ചിലപ്പോൾ സ്വന്തം പേരുപോലും ഒളിച്ചുവെക്കാതെ എം ടി ഒരുക്കിയ അരങ്ങിലേക്ക് അവർ നിർഭയം കടന്നു വന്നിട്ടുണ്ട്.

ലോകത്ത് എവിടെ ജനിക്കാൻ വിധിക്കപ്പെട്ടാലും മനുഷ്യന്റെ ജീവിതാനുഭവങ്ങൾ ഒന്നുതന്നെയാണെന്ന് മനസ്സിലാക്കിയ എഴുത്തുകാരന്റെ കൃതികൾ എത്ര പതിറ്റാണ്ടുകൾ പിന്നിട്ടാലും വീണ്ടും വീണ്ടും വായിക്കപ്പെടും. വായനക്കാരുടെ അനുഭവങ്ങളാവും.

ഞങ്ങളുടെ തറവാട്ടിൽ നിന്ന് ഇടവഴി കയറി താന്നിക്കുന്നിലെത്തിയാൽ പണ്ട് ഓണക്കാലത്ത് പൂത്തുവിടർന്ന കണ്ണാന്തളികൾ ഉണ്ടായിരുന്നു, കണ്ണാന്തളിപടർപ്പുകൾക്കിടയിൽ വെണ്മ വിരിയിച്ച് തുമ്പപ്പൂക്കളുണ്ടായിരുന്നു. മുറുക്കിച്ചുവപ്പിച്ച ചിരിയിൽ തിളങ്ങിനിന്നിരുന്ന തെച്ചിക്കാടുകളുണ്ടായിരുന്നു. കൂടല്ലൂരിൽ ഇടവപ്പാതിയിലും തുലാവർഷത്തിലും അഹങ്കാരത്തോടെ കുത്തിയൊഴുകിയ ഭാരതപ്പുഴയുണ്ടായിരുന്നു. വേനലിലെ കണ്ണീർച്ചാലുകൾപോലും നിളയിൽ നിന്ന് വറ്റിപ്പോയിരിക്കുന്നു. മണലെടുത്ത് പൊന്തക്കാടുകൾ വളർന്ന നിളയും കണ്ണാന്തളിയും തുമ്പയും തെച്ചിയുമില്ലാതെ താന്നിക്കുന്നും ഞങ്ങളുടെ കുട്ടികൾക്ക് കടങ്കഥയിൽ തെളിയുന്ന പേടി സ്വപ്നങ്ങളായിരിക്കുന്നു.

എം ടിയെക്കുറിച്ച്, അദ്ദേഹത്തിന്റെ കൃതികളെക്കുറിച്ച്, മലയാളത്തിൽ ഒട്ടേറെ ഗ്രന്ഥങ്ങൾ പലരും പ്രസിദ്ധീകരിച്ചിട്ടുണ്ട്. എം ടി യിലെ എഴുത്തുകാരനെ കണ്ടവരുണ്ട്. എം ടി കൃതികളുടെ പഠനങ്ങളുണ്ട്. അകലെനിന്ന് നോക്കിക്കാണുന്ന ഒരാൾക്ക് ഗൗരവക്കാരനായ ഒരു പരു

ക്കനെന്ന് ഒറ്റനോട്ടത്തിൽ തോന്നലുണ്ടാക്കുന്ന ഈ വലിയ മനുഷ്യന്റെ ഹൃദയത്തെ തൊട്ടറിയാൻ കഴിഞ്ഞ ചില അനുഭവങ്ങളുണ്ട്. ആർദ്രത വറ്റാൻ അനുവദിക്കാത്ത ഒരു മനസ്സിന്റെ ഉടമയാണ് അദ്ദേഹം. ആ മനസ്സിൽ പച്ചപ്പുണ്ട്.

എം ടിയുടെ പ്രസിദ്ധമായ പല രചനകളിലും കൂടല്ലൂരിന്റെ മണ്ണും വിണ്ണും മനസ്സിലുണ്ട്. ഈ പുഴയോരഗ്രാമത്തിലെ ശുദ്ധവായുവുണ്ട്. അടുത്ത കുടുംബാംഗമെന്ന നിലയിൽ ആ മനസ്സിന്റെ സന്തോഷങ്ങളും വ്യാകുലതകളും ഉൽക്കണ്ഠകളും പങ്കുവെക്കാൻ കിട്ടിയ അവസരങ്ങളിലെ അനുഭവങ്ങളിൽ നിന്നാണ് എന്റെ ലേഖനങ്ങൾ ഉരുത്തിരിഞ്ഞിട്ടുള്ളത്. എം ടിയെക്കുറിച്ചും കൂടല്ലൂരിനെക്കുറിച്ചും എഴുതിയ ആ ലേഖനങ്ങളാണ് ഇവിടെ സമാഹരിക്കപ്പെട്ടിട്ടുള്ളത്.

എം ടി ക്ക് ജന്മം നല്കാൻ ഭാഗ്യം ചെയ്ത, മകൻ പ്രശസ്തിയിലെത്തും മുൻപ് അകാലത്തിൽ തന്നെ സ്നേഹിക്കുന്നവരോട് എന്നന്നേക്കുമായി വിടപറയാൻ വിധിക്കപ്പെട്ട എന്റെ വല്യമ്മയ്ക്കും (എം ടിയുടെ അമ്മ– എന്റെ അമ്മയുടെ ജ്യേഷ്ഠ സഹോദരി,) വികൃതിയും വാശിക്കാരനുമായ തന്റെ ജ്യേഷ്ഠത്തിയുടെ മകൻ വാസുവിന്റെ ഭാഗ്യജാതകത്തെക്കുറിച്ച്, എം ടി യുടെ നാടും വീടും കാണാൻ വരുന്നവരോടൊക്കെ വാചാലമായി സംസാരിച്ചിരിക്കാറുള്ള എന്റെ അമ്മയ്ക്കും (എം ടി യുടെ ചെറിയമ്മ) ഞാൻ ഈ പുസ്തകം സമർപ്പിക്കട്ടെ. അമ്മയും ചെറിയമ്മയുമൊക്കെ എം ടി യുടെ പല നോവലുകളിലും ചെറുകഥകളിലും പലപ്പോഴും സജീവസാന്നിദ്ധ്യമായിത്തീർന്നിട്ടുണ്ട്.

എന്റെ ഓർമ്മകളിൽ കടന്നുവരുന്ന വേറെയും കുടുംബാംഗങ്ങളുണ്ട്. സ്മൃതി ചിത്രങ്ങളിൽ തെളിയും മുൻപ് ബാല്യത്തിൽ തന്നെ നഷ്ടമായ എന്റെ അച്ഛൻ (എം ടിയുടെ ചെറിയച്ഛൻ – നോവലിലും കഥകളിലും കടന്നു വന്നിട്ടുള്ള കഥാപാത്രം), വല്യച്ഛൻ (എം ടിയുടെ അച്ഛൻ), ഞാനൊരിക്കലും കണ്ടിട്ടില്ലാത്ത ഞങ്ങളുടെ മുത്തച്ഛൻ (പുറത്താട്ടിൽ ഗോവിന്ദൻ നായർ), ഞങ്ങളുടെ മുത്തശ്ശി, ഞങ്ങളുടെ രണ്ട് അമ്മാവന്മാർ (അച്ചുമ്മാമ, കുട്ടൻമാമ), വല്യമ്മയുടെ മരിച്ചുപോയ രണ്ട് മക്കൾ– വല്യേട്ടൻ (എം ടി ഗോവിന്ദൻ നായർ), ബാലേട്ടൻ (എം ടി ബി നായർ). പരേതരുടെ ആത്മാവുകൾക്ക് ഈ പുസ്തകക്കുമ്പിളിലൂടെ നല്കുന്ന പൂവും നീരും കൂടിയാവട്ടെ എന്റെ ഈ ഉദ്യമം.

കൗമാരപ്രായത്തിൽ ഒരു നാൾ എന്റെ ആദ്യകഥ കോഴിക്കോട്ടു നിന്ന് പ്രസിദ്ധീകരിക്കുന്ന ഒരു വാരികയിൽ മുതിർന്നവരുടെ താളുകളിൽ അച്ചടിച്ചു വരുന്ന വിവരം എന്നോട് ആദ്യമായി പറയുന്നത് കൊച്ചുണ്ണ്യേട്ടനാണ്(എം ടി എൻ നായർ– എം ടി യുടെ ജീവിച്ചിരിക്കുന്ന ഒരേ ഒരു സഹോദരൻ), അദ്ദേഹം പലപ്പോഴും എന്തെങ്കിലും കുത്തിക്കുറിക്കാൻ എനിക്ക് പ്രേരണയായിട്ടുണ്ട്. എന്റെ ബാല്യകാലത്ത് അദ്ദേഹം അറിയപ്പെടുന്ന കവിയും നാടകകൃത്തുമായിരുന്നു. നിരവധി കൃതികൾ മലയാളത്തിലേക്ക് വിവർത്തനം ചെയ്തിട്ടുണ്ട്.

കൂടല്ലൂരിൽനിന്ന് *ജാലകം* എന്ന പേരിൽ ഒരു ലിറ്റിൽ മാഗസിൻ എന്റെ പത്രാധിപത്യത്തിൽ പ്രസിദ്ധീകരിച്ചിരിക്കുന്നു. ആ മാസികയ്ക്കു വേണ്ട എല്ലാ സഹായങ്ങളും പ്രോത്സാഹനവും നല്കിയത് കൊച്ചുണ്ണ്യേട്ടനായിരുന്നു. റെയിൽവേയിൽ നിന്ന് റിട്ടയർ ചെയ്ത് എടപ്പാളിൽ മറ്റു ചില എഴുത്തുകാരുടെ പങ്കാളിത്തവുമായി പുസ്തക പ്രസാധനവും പ്രസ്സും നടത്തിയിരുന്നു. *ജാലകം* എന്ന മാസിക അച്ചടിച്ചിരുന്നത് കൊച്ചുണ്ണ്യേട്ടന്റെ മേൽനോട്ടത്തിൽ ആ പ്രസ്സിൽ നിന്നായിരുന്നു. ഒരു ആവേശത്തിൽ തുടങ്ങിയ ലിറ്റിൽ മാഗസിൻ ശൈശവം പിന്നിടും മുമ്പുതന്നെ അവസാനിപ്പിക്കേണ്ടി വന്നു.

ഞാൻ എഴുതിയ ലേഖനങ്ങൾ സമാഹരിച്ച് പുസ്തകമാക്കാൻ എന്നെ ഉപദേശിച്ചത് ഞാൻ ജ്യേഷ്ഠസഹോദരനെപ്പോലെ കരുതുന്ന കവിയും എഴുത്തുകാരനും സാംസ്കാരിക പ്രവർത്തകനും സംഘാടകനും ഒക്കെയായ ഇയ്യങ്കോട് ശ്രീധരനാണ്. ശ്രീധരേട്ടന്റെ ഉത്സാഹവും സഹായവും പ്രോത്സാഹനവും ഇല്ലായിരുന്നെങ്കിൽ ഈ പുസ്തകം പുറം ലോകം കാണില്ല.

വായനക്കാർക്ക് ഈ പുസ്തകം കൈമാറുന്നു.

കൂടല്ലൂർ

എം ടി രവീന്ദ്രൻ

1

കുടുംബപുരാണത്തിന്റെ കാണാപ്പുറങ്ങൾ

ഇയ്യങ്കോട് ശ്രീധരന്റെ *കാലത്തിന്റെ കാലൊച്ചകൾ* എന്ന പുസ്തകത്തിൽ ചേർത്ത എം ടി യെക്കുറിച്ചുള്ള ലേഖനത്തിന് നല്കിയ തലക്കെട്ട് 'മലയാണ്മയുടെ നവ യൗവ്വനം' എന്നാണ്.

അദ്ദേഹത്തിന്റെ ഭാഷയിൽ പറഞ്ഞാൽ 'വള്ളുവനാടൻ മലയാളത്തിന്റെ ഹൃദ്യപരിവേഷം നിറഞ്ഞുതുളുമ്പുന്ന' എം ടി രചനകളിലൂടെ കടന്നുപോകുന്ന വായനക്കാരന് ഇയ്യങ്കോട് നടത്തിയ ആറ്റിക്കുറുക്കിയ നിരീക്ഷണം അർത്ഥപൂർണ്ണവും അനുയോജ്യവുമെന്ന് ബോദ്ധ്യമാവും.

"ഒരു എഴുത്തുകാരന്റെ ഏറ്റവും വലിയ സൗഭാഗ്യം രചനകളിലുട നീളം യുവത്വം നിലനിർത്തുക എന്നതാണല്ലോ– മലയാണ്മയുടെ നവ യൗവ്വനം എം ടി ഇന്നും കാത്തുസൂക്ഷിക്കുന്നു."

എം ടി എന്നെ സംബന്ധിച്ചിടത്തോളം എന്റെ വലിയമ്മയുടെ മകൻ മാത്രമല്ല.

എനിക്ക് ഏറ്റവും പ്രിയപ്പെട്ട എഴുത്തുകാരൻകൂടിയാണ്.

പാഠപുസ്തകങ്ങൾക്ക് അപ്പുറത്ത് സാഹിത്യത്തിൽ താല്പര്യമുണർത്താനും വായനതുടങ്ങാനും എം ടി കൃതികൾ എന്നെ സഹായിച്ചിട്ടുണ്ട്.

കവിതകളേക്കാൾ കുടുതൽ കഥകളും നോവലുകളുമാണ് ഞാൻ വായിച്ചിട്ടുള്ളത്.

എം ടി കഴിഞ്ഞാൽ വായനയുടെ ആദ്യകാലങ്ങളിൽ മാധവിക്കുട്ടിയോടായിരുന്നു ഇഷ്ടം. മുകുന്ദന്റെയും കാക്കനാടന്റെയും കഥകളും നോവലുകളും ആർത്തിയോടെ ഒരിരുപ്പിന് ഞാൻ വായിച്ചു തീർത്തിട്ടുണ്ട്. വായന പാതിരാത്രികളിലേക്ക് എന്നെ കുട്ടിക്കൊണ്ട് പോയിട്ടുണ്ട്.

മുമ്പ് ഒരിക്കലും പരിചയപ്പെടാൻ കഴിഞ്ഞിട്ടില്ലാത്ത എഴുത്തുകാരുടെ രചനകൾ വായിച്ച് അത്ഭുതപ്പെട്ടിട്ടുണ്ട്. വി ആർ സുധീഷും ടി വി കൊച്ചുബാവയും അശോകൻ ചരുവിലും ശിഹാബുദീൻ പൊയ്ത്തും

കടവും എല്ലാം എന്റെ ഹൃദയത്തിൽ ഇടം നേടുന്നത് അങ്ങനെയാണ്. എന്റെ വീട്ടിലെ ചെറിയ അലമാരയിൽ പഴയ തലമുറയിലെയും പുതിയ തലമുറയിലെയും എഴുത്തുകാരുടെ കൃതികളുണ്ട്.

എം ടി മലയാളത്തിലെ മഹാ പ്രതിഭാശാലിയായ എഴുത്തുകാരനാണെന്ന് വായനകൊണ്ട് ഞാൻ എന്റെ കൗമാരത്തിൽ തന്നെ തിരിച്ചറിഞ്ഞിരുന്നു.

എം ടി എനിക്ക് വലിയമ്മയുടെ മകനോ വലിയ എഴുത്തുകാരനോ മാത്രമല്ല. എന്റെ മനസ്സിൽ സ്നേഹവും ആരാധനയും വളർത്തിയ ദൈവതുല്യനായ ഒരു മനുഷ്യനാണ്.

ഭാരതീയ സാഹിത്യത്തിലെ പരമോന്നത പുരസ്കാരമായ 'ജ്ഞാനപീഠം' ലഭിച്ച എം ടി ക്ക് ജന്മദേശം ഒരു സ്വീകരണമൊരുക്കി. അയൽദേശങ്ങളിൽനിന്നും മറുനാട്ടിൽനിന്നും വന്നെത്തിയവർ കൂടല്ലൂരിനെ ജനസമുദ്രമാക്കി.

അതിനുമുമ്പ് വയലാർ അവാർഡ് ലഭിച്ചപ്പോഴും കൂടല്ലൂരിൽ ഒരു സ്വീകരണമുണ്ടായിരുന്നു. സ്വീകരണത്തിൽ പങ്കെടുക്കുവാൻ പല ദേശങ്ങളിൽ നിന്ന് അന്നും ജനം ഒഴുകിയെത്തി. ആമുഖമെഴുതിയ ഇയ്യങ്കോടും അക്കൂട്ടത്തിലുണ്ടായിരുന്നു.

വയലാർ അവാർഡ് ലഭിച്ചപ്പോൾ നല്കിയ സ്വീകരണത്തിൽ സംഘാടക സമിതിക്ക് നേതൃത്വം കൊടുത്തവരിൽ ഒരാൾ സ്റ്റേറ്റ് ബാങ്ക് ഓഫ് ട്രാവൻകൂർ കൂടല്ലൂർ ശാഖയിൽ അന്ന് മാനേജരായിരുന്ന വടക്കാഞ്ചേരിക്കാരൻ അബ്ദുറഹിമാനായിരുന്നു. മറ്റൊരാൾ കൂടല്ലൂർ ഗവ: യു പി സ്കൂളിൽ പ്രധാനാദ്ധ്യാപകനായി പ്രവർത്തിച്ചിരുന്ന കോങ്ങാട്ടുകാരൻ പിഷാരടി മാഷായിരുന്നു.

കൂടല്ലൂരിലെ എം ടി യുടെ കോട്ടേജായ 'അശ്വതി'യിൽ നിന്ന് എം ടി യെ സ്വീകരിച്ച് സമ്മേളന സ്ഥലത്തേക്ക് ആനയിച്ചത് നെറ്റിപ്പട്ടം കെട്ടിയ ഗജവീരന്മാരുടെയും പഞ്ചവാദ്യക്കാരുടെയും നാടൻകലാകാരന്മാരുടെയും അകമ്പടിയിൽ താളമേളങ്ങളോടെയും ഗ്രാമീണ കലകളുടെ ദൃശ്യാവിഷ്കാരങ്ങളോടെയുമായിരുന്നു. ഈ കാഴ്ചകൾ കാണാൻ കൂടല്ലൂർ അങ്ങാടിയിലെ കെട്ടിടങ്ങൾക്ക് മീതെ ടെറസ്സുകളിലും വഴിയോരത്തെ വൃക്ഷക്കൊമ്പുകളിലും ആളുകൾ നേരത്തെ സ്ഥലം പിടിച്ചിരുന്നു. സ്ത്രീകളും കുട്ടികളും നട്ടുച്ചയിലെ പൊരിവെയിലത്ത് വഴിയോരങ്ങളിൽ ദീർഘനേരം കാത്തു നിന്നു.

ആരേയും ആശ്രിതരാക്കി നിർത്തേണ്ട ആവശ്യം എം ടി ക്കില്ല. ആരുടേയും കൈയിൽ ഒരു ഉടുക്ക് കൊടുത്ത് തന്റെ വീരഗാഥകളും പെരുമയും നാടൊട്ടുക്ക് പാടി നടത്തിക്കേണ്ട കാര്യവും അദ്ദേഹത്തിനില്ല.

ജന്മദേശത്തുവെച്ച് നല്കിയ സ്വീകരണങ്ങളിൽ എവിടെനിന്നൊക്കെയോ എത്തിച്ചേർന്ന ജനക്കൂട്ടം തന്നെയാണ് എം ടി യുടെ വിമർശകർക്കുള്ള മറുപടി. നടന്ന സ്വീകരണ യോഗങ്ങളിൽ കാണികളായി എത്തിയവരിൽ ഭൂരിപക്ഷവും ചെറുപ്പക്കാരായിരുന്നു. പ്രൈമറി ക്ലാസു

കളിൽ പഠിക്കുന്ന കുട്ടികളുണ്ട്. ഹൈസ്കൂൾ വിദ്യാർത്ഥികളുണ്ട്. കോളജുകളിൽ പഠിക്കുന്നവരുണ്ട്– പ്രായഭേദങ്ങളില്ലാതെ അത്ഭുതാദരങ്ങളോടെ അവർ എം ടി യെ നോക്കി നില്ക്കുന്നു.

ചിലർക്ക് എം ടി യെ ഒന്നു തൊട്ടാൽ മതി. മറ്റുചിലർക്ക് ആ പാദങ്ങളിൽ തൊട്ട് നമസ്കരിച്ച് അനുഗ്രഹം വാങ്ങണം.

എം ടി മലയാളത്തിന്റെ നിത്യയൗവ്വനമാണെന്ന് അക്ഷരമറിയുന്ന കൂടല്ലൂർക്കാരൻ അനുഭവിച്ചറിഞ്ഞു.

എം ടി യുടെ ജീവിതത്തെക്കുറിച്ച് കൂടുതലറിയാൻ അദ്ദേഹം 'ആത്മകഥ' എഴുതിയിട്ടില്ല. ഈ തലമുറയ്ക്കും നാളെ കടന്നുവരുന്ന തലമുറകൾക്കും അദ്ദേഹത്തിൽ നിന്ന് ഒരു ആത്മകഥ കിട്ടുമെന്ന് പ്രതീക്ഷിക്കാനും വയ്യ.

എന്തുകൊണ്ട് എം ടി 'ആത്മകഥ' എഴുതുന്നില്ലെന്ന് ചോദിച്ചാൽ അദ്ദേഹം പറയാതെതന്നെ വ്യക്തമായ മറുപടിയുണ്ട്.

ഏതോ ഒരു അഭിമുഖത്തിൽ എം ടി തന്നെ ഈ ചോദ്യത്തിന് ഉത്തരം നല്കിയിട്ടുണ്ടെന്നാണ് എന്റെ ഓർമ്മ.

ആത്മകഥകൾ എഴുതുന്നവർ ജീവിതം പച്ചയായി അവതരിപ്പിക്കാൻ സന്നദ്ധരാവേണ്ടതുണ്ട്. എഴുതുകയാണെങ്കിൽ അത് സ്വന്തമായി തന്നെ എഴുതിത്തീർക്കണം. എഴുത്ത് പൂർണ്ണവും ആത്മാർത്ഥതയോടെയും ആയിരിക്കണം

പറഞ്ഞുകേട്ട കാര്യങ്ങൾ ഒരാളുടെ ജീവചരിത്രമെന്ന് പറഞ്ഞ് മറ്റൊരാൾ എഴുതിയാൽ അത് ഒരിക്കലും ആത്മകഥയാവില്ല.

എഴുതുന്നവർ പലരും സ്വയം പൊലിപ്പിച്ച് നിർത്തും. മഹത്ത്വവല്ക്കരിച്ച് വായനക്കാരുടെ മുമ്പിൽ അവതരിക്കും.

ആത്മകഥ ആത്മാവിഷ്കാരം മാത്രമല്ല, സത്യസന്ധമായ ജീവിതാവിഷ്കാരം കൂടിയാണവ.

ജീവിതത്തിന്റെ തുറന്നെഴുത്ത് ആർക്കും സാദ്ധ്യമാവുന്ന കാര്യമല്ല. യാതൊരു മറയുമില്ലാതെ പച്ചയായി എഴുതിത്തീർത്ത ഒരു ആത്മകഥയും ഇന്നുവരെ പിറന്നതായും അറിയില്ല.

എം ടി യുടെ കഥകളിൽ, നോവലുകളിൽ, പലപ്പോഴായി എഴുതിയ ലേഖനങ്ങളിൽ, കുറിപ്പുകളിൽ ആ ജീവിതമുണ്ട്. അതിന് ആത്മകഥയുടെ തുടർച്ച ഇല്ലെന്നെ ഉള്ളൂ. പലതും ചേർത്തു വായിച്ചാൽ എം ടി യുടെ ആത്മകഥയുടെ കുറെ താളുകളാവും.

കടന്നുപോയ നൂറ്റാണ്ടിന്റെ ആദ്യപകുതിയിലെ അവസാന ദശകത്തിൽ ജനിച്ച ഒരാളെന്ന നിലയിൽ എനിക്ക് എം ടി യുടെ തലമുറയിലെ ഞങ്ങളുടെ കുടുംബത്തിന്റെ അവസാന കണ്ണികളിലൊന്നാവാനും കഴിഞ്ഞു.

കൂടല്ലൂരിന്റെ പശ്ചാത്തലത്തിൽ എം ടി എഴുതിയ കഥകളിൽ പലതിലും പ്രത്യക്ഷപ്പെട്ടവരെ തിരിച്ചറിയാൻ എനിക്ക് കഴിഞ്ഞത് അതുകൊണ്ടാണ്.

എനിക്ക് ശേഷം മാടത്ത് തെക്കെപ്പാട്ടെ താവഴികളിൽ ഏതെങ്കിലും ഒന്നിൽ കൂടല്ലൂർ കഥകളുടെ നിമിത്തമായ അനുഭവങ്ങളും സംഭവങ്ങളും അറിയുന്നവർ ഉണ്ടായിരിക്കണമെന്നില്ല.

എന്റെ അറിവുകൾ തന്നെ പലതും എന്റെ അമ്മയിൽ നിന്ന് കിട്ടിയ കേട്ടറിവുകളാണ്.

എം ടി യെക്കാൾ പതിനൊന്ന് വയസ്സിന് ഇളപ്പമായ എനിക്ക് ഒട്ടേറെ കൂടല്ലൂർ കഥകളുടെ ചുരുളഴിക്കാൻ കഴിയും. ചില കഥകൾ ഞങ്ങളുടെ കുടുംബാംഗങ്ങളുടെ ജീവിതത്തിലേക്കും അനുഭവങ്ങളിലേക്കും ഉള്ള ചരിത്രാന്വേഷണമായി തോന്നാം. ചരിത്രത്തിന് സർഗ്ഗാത്മക സാഹിത്യ വുമായി ഒരു ബന്ധവും വേണമെന്നില്ല. എം ടി കഥകളിൽ ഒരു ദേശ ചരിത്രത്തിന്റെയും കുടുംബ ചരിത്രത്തിന്റെയും ചേരുവകൾ ഉണ്ടാകാ മെങ്കിലും അതിനൊക്കെ എഴുത്തുകാരൻ സർഗ്ഗാത്മകതയുടെ സ്വർണ്ണ ത്തിളക്കം പകർന്നതുകൊണ്ടാണ് കഥകളുടെ പൊരുളും കഥാപാത്ര ങ്ങളെയും തേടി എന്നും വായനക്കാരും ആരാധകരും മാധ്യമ പ്രവർത്ത കരും കൂടല്ലൂരിൽ വരുന്നത്.

തൊണ്ണൂറുകഴിഞ്ഞാണ് എന്റെ അമ്മ മരിക്കുന്നത്.

ഞങ്ങളുടെ മുത്തശ്ശി മരിക്കുന്നത് എഴുപത്തഞ്ച് പിന്നിട്ടാണെന്നാണ് എന്റെ ഓർമ്മ. വല്യമ്മ മരിക്കുമ്പോൾ അമ്പത്തിരണ്ട് കഴിഞ്ഞിരുന്നില്ല.

മറ്റുള്ളവർക്ക് വേണ്ടി സ്വന്തം സുഖങ്ങൾ ത്യജിച്ച് തന്റെ ജീവിതം തന്നെ അമ്മയ്ക്കും അനിയത്തിക്കും ആങ്ങളമാർക്കും വേണ്ടിയൊക്കെ സമർപ്പിച്ച ഒരു മഹാ മനസ്വിനിയായിരുന്നു എന്റെ വല്യമ്മ.

വല്യമ്മയ്ക്ക് ദീർഘായുസ്സ് ലഭിച്ചില്ല. മക്കളൊക്കെ വളർന്ന് നല്ല നിലയിലെത്തി ഫലം അനുഭവിക്കാൻ കഴിഞ്ഞില്ലല്ലോ എന്ന് ഓർത്ത് എന്റെ അമ്മ സങ്കടപ്പെടാറുണ്ടായിരുന്നു.

ആ വല്യമ്മയിൽ നിന്നാകട്ടെ എന്റെ സ്മൃതി പൂജയുടെ തുടക്കം.

മക്കൾ പഠിച്ച് മൂത്തവർ മൂന്ന് പേർക്കും ജോലി ലഭിച്ചു. നാലാമൻ ഇളയവൻ പാലക്കാട് വിക്ടോറിയ കോളേജിൽ പഠിക്കുന്നു.

ഏതോ ഗുരുതരമായ രോഗം ബാധിച്ച് വല്യമ്മ കിടപ്പിലായിരിക്കുന്നു. ചികിത്സയ്ക്കായി മൂത്ത മക്കൾ വല്യമ്മയുമായി മദിരാശിയിൽ പോകുന്നു.

അമ്മ പോകുമ്പോൾ ഉണ്ണ്യേട്ടന് (എം ടി) കൂടെ പോവാൻ കഴി യില്ല. പാലക്കാട് വിക്ടോറിയ കോളേജിൽ പഠിക്കുകയാണ്– അവസാന വർഷ ബിരുദ വിദ്യാർത്ഥി. ഒലവക്കോട് റെയിൽവേ സ്റ്റേഷനിൽ ചെന്ന് മകൻ തീവണ്ടിയിലിരിക്കുന്ന അമ്മയെ കണ്ടു. രണ്ടു പേരുടെയും കണ്ണു കൾ നനഞ്ഞു.

കുറച്ചു കാലം മദിരാശിയിലെ ഒരു ആശുപത്രിയിൽ വല്യമ്മ ചികി ത്സയിൽ കഴിഞ്ഞു. ഡോക്ടർമാർക്ക് വലിയ പ്രതീക്ഷയൊന്നും ഇല്ല. വല്യമ്മയ്ക്ക് നാട്ടിലേക്ക് മടങ്ങിപ്പോന്നാൽ മതിയെന്നായി. പിന്നെ ശാഠ്യ മായി. ഡോക്ടർമാർ കൈയൊഴിഞ്ഞ വല്യമ്മയെ വീട്ടിലെത്തിക്കാനായി അടുത്ത ശ്രമം.

ഞങ്ങളുടെ അടുത്ത റെയിൽവേ സ്റ്റേഷൻ പള്ളിപ്പുറത്താണ്. വണ്ടി ഇറങ്ങിയാൽ പുഴ കടക്കണം.

വല്യമ്മയ്ക്ക് നടക്കാൻ വയ്യ.

പള്ളിപ്പുറത്തെ ചെറിയ റെയിൽവേ സ്റ്റേഷനിൽ മദിരാശിയിൽ നിന്ന് വരുന്ന വണ്ടി അധികനേരം നിർത്തില്ല.

വല്യമ്മയെ കൊണ്ടുവരാൻ മഞ്ചലും മഞ്ചലേറ്റാൻ ആളുകളുമായി അമ്മാമന്മാർ റെയിൽവേ സ്റ്റേഷനിലേക്ക് പോയി.

പുഴയിൽ വേനൽക്കാലത്ത് കടത്തുതോണി ഉണ്ടാവില്ല.

ശോഷിച്ചപോയ പുഴയുടെ കണ്ണീർച്ചാലുകൾക്ക് ആഴമില്ല. മഞ്ചലേറ്റുന്നവർക്ക് പുഴ മുറിച്ചുകടക്കാൻ പ്രയാസമുണ്ടാവില്ല.

പുഴയ്ക്കിക്കരെ ആളുകൾ കാത്തുനില്ക്കുന്നു.

തെക്കേപ്പാട്ടെ അമ്മാളുക്കുട്ടി അമ്മയെ മദിരാശിയിലെ ആശുപത്രിയിൽ നിന്ന് കൊണ്ടുവരുന്നു.

മഞ്ചലേറ്റി പുഴകടന്നുവരുന്നവരുടെ ദീനസ്വരത്തിൽ പ്രത്യേക ഈണത്തിലോട്ട് മൂളൽ അടുത്തുവരുന്നത് കേട്ടപ്പോൾ കാത്തിരുന്നവർക്ക് ഒരു കാര്യം മനസ്സിലായി.

അമ്മാളുകുട്ടി അമ്മ മരിച്ചിട്ടില്ല.

മഞ്ചലിൽ മൃതദേഹമാണ് ഉള്ളതെങ്കിൽ മഞ്ചലേറ്റുന്നവർ മൂളില്ല.

ആ മഞ്ചൽ തട്ടിന് ചുറ്റും ചുവന്ന ഞൊറികളുണ്ടായിരുന്നത് എന്റെ ഓർമ്മയിലുണ്ട്.

നടുമുറ്റത്ത് വീഴുന്ന പകൽ വെളിച്ചത്തിൽ കിഴക്കിനിയിൽ കിടക്ക വിരിച്ച് കിടത്തിയിരുന്ന വല്യമ്മയെ എന്റെ സ്മൃതികളിൽ വരച്ചെടുക്കാൻ കഴിയും.

വല്യമ്മ വെളുത്തിട്ടാണ്.

എന്റെ അമ്മയ്ക്ക് ഇരുനിറമാണ്.

വല്യമ്മയാണ് അമ്മയേക്കാൾ കാണാൻ ചന്തം.

ഞാൻ ചെറിയ കുട്ടിയാണ്. ആരുമില്ലാത്ത നേരം നോക്കി വല്യമ്മയുടെ അടുത്ത് ചെന്ന് നിന്ന് ഞാൻ സങ്കടപ്പെട്ടു. എന്റെ കണ്ണുകളിൽ നനവു പടർന്നു.

സഹിക്കാനാവാത്ത വേദനയുണ്ട് വല്യമ്മയ്ക്ക്.

മച്ചിനുമുന്നിലാണ് വല്യമ്മ കിടക്കുന്നത്.

മച്ചിൽ കൊടിക്കുന്നത്തെ ഭഗവതിയുണ്ട്.

വല്യമ്മയുടെ രോഗവിമുക്തിക്ക് വേണ്ടി മച്ചിനുമുന്നിൽ നിന്ന് ഞാൻ കൈകൂപ്പി പ്രാർത്ഥിച്ചതും ഓർമ്മയുണ്ട്.

വല്യമ്മയുടെ രോഗത്തിന്റെ ഗുരുതരാവസ്ഥ പാലക്കാട്ടെ കോളേജിലുള്ള ഉണ്ണ്യേട്ടനെ അറിയിക്കേണ്ടെന്ന് മൂത്ത ജ്യേഷ്ഠൻ തീരുമാനിച്ചു.

അവസാനവർഷ ബിരുദ പരീക്ഷകളാണ്.

സമാധാനത്തോടെ പരീക്ഷയെഴുതട്ടെ.

തന്റെ മകന്റെ അവസാന പരീക്ഷയും കഴിഞ്ഞാണ് വല്യമ്മ മരിച്ചത്.

മലയാളത്തിന്റെ മഹാപ്രതിഭയായി മാറാൻ കഴിഞ്ഞ ഒരു മകന് ജന്മം നല്കാൻ വല്യമ്മ ഭാഗ്യംചെയ്തു. പക്ഷേ, ആ സൂര്യതേജസ്സ് കാണാനുള്ള വിധിയുണ്ടായില്ല.

എത്രയോ വർഷങ്ങൾ പിന്നിട്ടിരിക്കുന്നു.

ഒരു തീർത്ഥാടന കേന്ദ്രത്തിലേക്കെന്നപോലെ എം ടി യുടെ ജന്മസ്ഥലം കാണാൻ ആരാധകർ എത്തുന്നു. പത്രപ്രവർത്തകർ വരുന്നു.

പഠനയാത്രയായി സ്കൂൾ കുട്ടികളും കോളേജ് വിദ്യാർത്ഥികളും എത്തുന്നു.

അവർക്ക് എം ടി യുടെ ജന്മംകൊണ്ട് ധന്യമായ മാടത്ത് തെക്കേപ്പാട്ടെ തറവാട് കാണണം.

കുട്ടികൾ ഗുരുതിപ്പറമ്പിൽ ബസ് നിർത്തി കൂട്ടത്തോടെ പുറത്തിറങ്ങുന്നു. വർഷകാലമാണെങ്കിൽ വെള്ളവും ചളിയും നിറഞ്ഞ് വഴുക്കലുള്ള വഴിവരമ്പുകൾ കടന്ന് മാടത്ത് തെക്കേപ്പാട്ടെ വീട്ടിലേക്കുള്ള കല്പടവുകൾ കയറുന്നു.

പണ്ട് ഗുരുതിപ്പറമ്പിൽ നിന്നാൽ മാടത്ത് തെക്കേപ്പാട്ടെ തറവാട് കാണാം. പാടത്തുനിന്ന് ഉയർത്തിക്കെട്ടിയ കല്പടവുകൾ കാണാം.

ഗുരുതിപ്പറമ്പിൽ നിന്ന് നോക്കിയാൽ പുതിയ മതിൽക്കെട്ടുകൾക്കും വീടുകൾക്കും അപ്പുറത്ത് തറവാട് കാണില്ല.

കന്നിമാസത്തിലെ പൂട്ടിയൊരുക്കിയ ചേറ് പുതഞ്ഞുകിടക്കുന്ന നെല്പാടങ്ങൾ ഇന്നില്ല. നട്ടുകഴിഞ്ഞ നെൽച്ചെടികൾ തളിർക്കുന്ന വയലുകൾ പച്ച പുതയ്ക്കാറില്ല. മുടിയിൽ സ്വർണ്ണക്കതിരുകൾ ചൂടിയ കന്നിയിലെയും മകരത്തിലെയും പണ്ടത്തെ വയൽപ്പരപ്പുകളില്ല.

ഞങ്ങളുടെയൊക്കെ ചെറുപ്പം കണ്ട പഴയ തറവാടിന്റെയും പത്തായപ്പുരയുടെയും രൂപവും ഭാവവും മാറിയിരിക്കുന്നു.

കൊച്ചുണ്ണ്യേട്ടന് ഭാഗത്തിൽവെച്ച പത്തായപ്പുര പൊളിച്ചുകളഞ്ഞിരിക്കുന്നു. പത്തായപ്പുര പൊളിച്ച് കളഞ്ഞത് കൊച്ചുണ്ണ്യേട്ടൻ തന്നെയാണ്. പത്തായപ്പുരയുടെ സ്ഥാനത്ത് കൊച്ചുണ്ണ്യേട്ടൻ ഒരു ചെറിയ വീട് കെട്ടി. പത്തായപ്പുരയുടെ മുകളിലിരുന്നാണ് കൊച്ചുണ്ണ്യേട്ടനും ഉണ്ണ്യേട്ടനുമൊക്കെ അവരുടെ ബാല്യകൗമാരങ്ങളിൽ സാഹിത്യരചന തുടങ്ങിയത്.

നടുമുറ്റവും തളവും ഒക്കെയുള്ള നാലുകെട്ട് വൈക്കോൽ മേഞ്ഞതായിരുന്നു. പത്തായപ്പുരമാത്രം ഓട് മേഞ്ഞത്.

പത്തായപ്പുരയുടെ ചുമരുകൾ കുമ്മായത്തിൽ ചെങ്കല്ലുകളുറപ്പിച്ച് കെട്ടി ഉയർത്തിയതായിരുന്നു. പുറം തേക്കാത്തതുകൊണ്ട് കുമ്മായക്കള്ളികളിലെ ചെങ്കൽച്ചതുരങ്ങൾ കാണാം. പത്തായപ്പുരയുടെ താഴെ നിലയിലും മുകളിലെ നിലയിലും മരംകൊണ്ട് തീർത്ത തട്ടുകളുണ്ടായിരുന്നു. അതിനുമീതെ ഓടിന്റെ മേല്ക്കൂര.

മൂലോടുകൾക്കിടയിൽ പ്രാവുകൾ വേനലിലെ നട്ടുച്ചകളിൽ

ക്ഷീണിച്ച കണ്ണികളുമായിരുന്ന് കുറുകിക്കൊണ്ടിരിക്കും.

പത്തായപ്പുരയുടെ താഴെയും മീതെയും മരപ്പലകകളിൽ തീർത്ത നെല്ലറകളുണ്ടായിരുന്നു.

മുത്തശ്ശിയുടെ ഓർമ്മയിലുള്ളത് കൂമൻതോട് മുതൽ കൈതക്കാട് വരെയുള്ള വയലുകളുടെയും തെങ്ങിൻ തോപ്പുകളുടെയും ഭൂവിസ്തൃതി സ്വന്തമായി ഉണ്ടായിരുന്ന പഴയ തറവാടായിരുന്നു. ആ പ്രതാപ കാലത്തിന്റെ ശേഷിപ്പുകളായിരിക്കാം ഇത്രയേറെ നെല്ലറകൾ.

മുത്തശ്ശിയുടെ അമ്മാവന്റെ കാലത്ത് നടന്ന ഭാഗം വെക്കലിൽ പത്തായപ്പുര പരമേശ്വരേട്ടന്റെ താവഴിക്കായിരുന്നു. അതിനുശേഷമാണ് പത്തായപ്പുര വല്യമ്മ വാങ്ങുന്നത്.

പത്തായപ്പുരയുടെ സ്ഥാനത്ത് നിർമ്മിച്ച പുതിയ വീടും പടിപ്പുരത്തോട്ടവും വിറ്റ് കൊച്ചുണ്ണ്യേട്ടൻ ഒലവക്കോട് സ്ഥിരതാമസമാക്കിയിരിക്കുന്നു. പരമേശ്വരേട്ടന്റെ മരുമകളുടെ മകൻ വൈദ്യശാല നടത്തുന്ന കുട്ടൻ കൊച്ചുണ്ണ്യേട്ടനിൽ നിന്ന് പത്തായപ്പുര വാങ്ങിയത് നന്നായി. പണ്ടിവിടെ താമസിച്ച താവഴിയിലെ ഒരു കണ്ണിക്കു തന്നെ തിരിച്ചെടുക്കാൻ കഴിഞ്ഞല്ലോ.

പഴയ നാലുകെട്ട് ഇന്നില്ല. മുത്തശ്ശിയുടെ പ്രതാപശാലിയായ അമ്മാവന്റെ കാലത്ത് നടന്ന ഭാഗം വെക്കലിൽ കുമാരേട്ടന്റെ താവഴിക്കായിരുന്നു. പത്തായപ്പുര വാങ്ങിയ വല്യമ്മതന്നെ പിന്നെ നാലുകെട്ടും വാങ്ങി. വല്യേട്ടനാണ് നാലുകെട്ടും അതിനുതാഴെയുള്ള തോട്ടവും വല്യമ്മയുടെ മരണശേഷം നടന്ന ഭാഗത്തിൽവെച്ചത്.

വല്യേട്ടൻ മരിച്ചു. അവിടെ വല്യേട്ടന്റെ ഭാര്യയും കുട്ടികളും താമസിക്കുന്നു. അന്യർക്ക് വിറ്റുപോയില്ലല്ലോ എന്നോർത്ത് സമാധാനിക്കാം. നായർ തറവാടുകളുടെ ചരിത്രവഴികൾ അന്വേഷിക്കുന്നവരോട് നമുക്ക് പറയാം– "മരുമക്കത്തായം അവസാനിച്ചില്ലേ–?"

അവിടെ മാടത്ത് തെക്കെപ്പാട്ടുകാർ ആരുമില്ല.

വല്യച്ഛന്റെ മരുമകളാണ് വല്യേട്ടന്റെ ഭാര്യ. സ്വന്തം കുടുംബാംഗങ്ങൾ അവിടെ താമസിക്കുന്നതിൽ വല്യച്ഛന്റെ ആത്മാവ് സന്തോഷിക്കുന്നുണ്ടാവും.

ഒരു ഭാഗം വെക്കലിലും എം ടി ക്ക് ഒരു താല്പര്യവും ഇല്ലായിരുന്നു. കുടുംബാംഗങ്ങൾ തമ്മിൽ കണക്ക് പറയുന്നതും കലഹിക്കുന്നതും ഉണ്ണ്യേട്ടന് ഇഷ്ടമല്ല.

മുത്തശ്ശിയുടെ ചെറുപ്പത്തിൽ മാടത്ത് തെക്കെപ്പാട്ടെ തറവാട് പല താവഴികളായി പല ദേശങ്ങളിലായി പരന്നു കിടക്കുന്നു. പരസ്പരം കണ്ടാൽപോലും തിരിച്ചറിഞ്ഞെന്ന് വരില്ല.

ഇത് ഒരാളുടെ മാത്രം തറവാടല്ല. ആ താവഴികളിൽ ജീവിച്ചിരിക്കുന്നവർക്കൊക്കെ അവകാശപ്പെടാം.

അതാ ഞങ്ങളുടെ തറവാട്!

ഈ തറവാടുവീട്ടിലല്ല എം ടി ജനിച്ചിട്ടുള്ളത്.

എം ടി തന്നെ ഇത് മുമ്പ് വെളിപ്പെടുത്തിയിട്ടുണ്ട്.

'ഇന്ത്യാവിഷ'നു വേണ്ടി 'എന്റെ ദേശം' പരിപാടിയിൽ ശ്രീ എം എൻ കാരശ്ശേരിയുമായുള്ള അഭിമുഖത്തിൽ എം ടി ഈ കാര്യം ഒരിക്കൽകൂടി ആവർത്തിച്ചു പറഞ്ഞിട്ടുണ്ട്.

എം ടി വടക്കുംമുറിയിൽ ഒരു തെങ്ങിൻതോപ്പും നിരത്തുവക്കിൽ കുറച്ച് വയലും സ്വന്തമായി വാങ്ങിയിരുന്നു.

കൃഷിഭൂമിയും തോട്ടവുമൊക്കെ പരിപാലിക്കപ്പെടാൻ ബുദ്ധിമുട്ടാണെന്ന് തോന്നിയപ്പോൾ വില്ക്കുകയും ചെയ്തു.

സ്വന്തം ജന്മദേശത്ത് എപ്പോഴെങ്കിലും വരുമ്പോൾ ഒന്ന് വിശ്രമിക്കാനും പുഴകണ്ടിരിക്കാനും പിന്നീടാണ് പുഴയോരത്ത് അല്പം ഭൂമി കിട്ടിയാൽ നന്നായിരുന്നെന്ന് എം ടി ക്ക് തോന്നിയത്.

ബാലേട്ടൻ വാങ്ങിയ കുറച്ചു സ്ഥലമുണ്ട്.

അന്നത്തെ മാർക്കറ്റ് വില നല്കി എം ടി അത് ബാലേട്ടനിൽ നിന്ന് വാങ്ങി. 'അശ്വതി' എന്ന ചെറിയ വീട് പണികഴിപ്പിച്ചു.

ഒന്നും അവിടെ നിന്ന് വരുമാനമില്ലെങ്കിലും ഒരു കാര്യസ്ഥനെ വെച്ച് 'അശ്വതി' എന്ന ചെറിയവീടും അതിനോടനുബന്ധിച്ച് കുറച്ച് സ്ഥലവും എം ടി ഇപ്പോഴും കൂടല്ലൂരിൽ നിലനിർത്തുന്നുണ്ട്.

എം ടി ക്ക് ലഭിച്ച തറവാട്ടു സ്വത്ത് പിന്നീടൊരിക്കൽ ജ്യേഷ്ഠ സഹോദരൻ ആവശ്യപ്പെട്ടപ്പോൾ കാര്യമായ ഒരു പ്രതിഫലവും വാങ്ങാതെ എം ടി സന്തോഷത്തോടെ നല്കി. ജ്യേഷ്ഠന്റെ നിർബ്ബന്ധത്തിന് വഴങ്ങിയാണ് വളരെ ചെറിയ ഒരു തുക അന്ന് കൈപ്പറ്റിയത്. ഈ വസ്തു പ്രധാന പാതയോട് ചേർന്ന് കിടക്കുന്നതായതുകൊണ്ട് പതിനായിരം രൂപയാണ് അനിയന് അന്ന് കൊടുത്തതെങ്കിലും വല്യേട്ടന് പിന്നീട് ആ വസ്തു വില്ക്കുമ്പോൾ ഇരുപതുലക്ഷത്തിലേറെ തുകയാണ് വിലയായി കൈയിൽ കിട്ടിയത്.

ഞങ്ങൾക്കു മുമ്പുള്ള വല്യമ്മയുടെയും അമ്മയുടെയും തലമുറ പരസ്പരം സ്നേഹിച്ച് കൂട്ടുകുടുംബത്തിലെ 'ഇഴയടുപ്പങ്ങൾ' സദാ മനസ്സിൽ സൂക്ഷിച്ചവരാണ്.

വല്യമ്മയ്ക്ക് നാല് ആൺമക്കൾ.

അമ്മയ്ക്ക് എനിക്ക് മുമ്പേ പിറന്ന ഒരേ ഒരു മകൾ വിലാസിനി.

രണ്ടുപേരുടെ മക്കളാണെങ്കിലും അമ്മയ്ക്കും വല്യമ്മയ്ക്കും മക്കളുടെ വേർതിരിവുകൾ ഇല്ലായിരുന്നു. അമ്മയും വല്യമ്മയും ചിലപ്പോൾ ചെറിയ വഴക്കുകളൊക്കെ ഉണ്ടാക്കും. പിണങ്ങും. ഉടനെ ഇണങ്ങുകയും ചെയ്യും.

വല്യമ്മയുടെ മനസ്സും അമ്മയുടെ മനസ്സും എന്നും ശുദ്ധമായിരുന്നു.

ജ്യേഷ്ഠത്തിയുടെ മനസ്സും ശുദ്ധതയുമാണ് വാസുവിനും കിട്ടിയതെന്ന് അമ്മ ഇടയ്ക്കിടെ പറയാറുണ്ടായിരുന്നു. ആ ശുദ്ധമനസ്സ് വേണമെങ്കിൽ ആർക്കും എളുപ്പം ചൂഷണം ചെയ്യാൻ കഴിഞ്ഞേക്കും.

എം ടി ക്ക് ഭാര്യയും മക്കളും പേരക്കുട്ടിയുമുണ്ട്.

മൂത്തവൾ അമേരിക്കയിലുണ്ട്. അവളുടെ മകൻ, എം ടി യുടെ പേരക്കുട്ടി വളർന്ന് വലുതാകുന്നു.

രണ്ടാമത്തെ മകൾ അശ്വതി കോഴിക്കോട്ടുണ്ട്.

എം ടി യുടെ പ്രശസ്തിയിൽ എന്നും നിറഞ്ഞ് നില്ക്കേണ്ടത് ഭാര്യയും മക്കളും പേരക്കുട്ടിയുമാണ്.

ചിലപ്പോൾ എം ടി യെ വലിഞ്ഞുമുറുക്കാൻ ഞങ്ങളിൽ ചില കുടുംബാംഗങ്ങളും ബന്ധുക്കളും ശ്രമിക്കുന്നു.

എം ടി കുടുംബാംഗങ്ങളിൽ എല്ലാവരെയും സഹായിച്ചിട്ടുണ്ട്. കുടുംബാംഗങ്ങളുടെ വിഷമങ്ങളിൽ ഒപ്പം നിന്നിട്ടുണ്ട്. അത്യാവശ്യഘട്ടങ്ങളിൽ അവർക്ക് വേണ്ടി വലിയ തുകകൾ ചെലവഴിച്ചിട്ടുണ്ട്. തിരിച്ച് വാങ്ങാനല്ല– മനസ്സറിഞ്ഞ സഹായം.

കുടുംബാംഗങ്ങളിൽ ആരും കഷ്ടപ്പെടുന്നത് എം ടി ക്ക് കണ്ടുനില്ക്കാനാവില്ല.

മാടത്ത് തെക്കേപ്പാട്ടെ പുലിപോലുള്ള അച്ചുമ്മാന്റെ കാലത്ത് നടന്ന ഭാഗത്തിൽ മുത്തശ്ശിക്കും മക്കൾക്കും വീടുണ്ടായിരുന്നില്ല. കിട്ടിയത് കുറച്ച് കൃഷിസ്ഥലം മാത്രം.

പലയിടത്തും താമസിച്ചു.

വീട് അന്വേഷിച്ചുകൊണ്ടുള്ള ഈ യാത്രയിൽ കൂടല്ലൂരിലെ തന്നെ ഒരിടത്താവളത്തിലായിരുന്നു എം ടി യുടെ ജനനം.

ആ സ്ഥലം ഇന്ന് മറ്റാരോ വാങ്ങി മാളിക പണിതിരിക്കുന്നു.

പഴയ നാലുകെട്ടും പത്തായപ്പുരയും വല്യമ്മ വാങ്ങിയതിൽ പിന്നെ മുത്തശ്ശിയും വല്യമ്മയും അമ്മയും ആങ്ങളമാരും ഒന്നിച്ച് അവിടെ ഏറെക്കാലം താമസിച്ചിട്ടുണ്ട്.

തറവാട്ടിലേക്കുള്ള മടക്കയാത്ര എന്റെ മുത്തശ്ശിക്കും വല്യമ്മയ്ക്കും അമ്മയ്ക്കും അമ്മാമന്മാർക്കുമൊക്കെ ഒരു രണ്ടാമൂഴമായിരുന്നു.

നാലുകെട്ടിലാണ് എന്നെ പ്രസവിക്കുന്നത്.

നാലുകെട്ടിന്റെ കോലായിലിരുന്നാൽ പാടത്തിനും നിരത്തിനും അപ്പുറം പുഴ കാണാം. തറവാട്ടിലേക്ക് കയറിപ്പോകുന്ന കല്പടവുകൾക്ക് ഇരുവശത്തും നാലുകെട്ടിനും പത്തായപ്പുരയ്ക്കും താഴെ ചെറിയ കവുങ്ങിൻ തോട്ടങ്ങളുണ്ടായിരുന്നു.

പത്തായപ്പുരയുടെ താഴെയുള്ള തോട്ടത്തിന് പടിപ്പുരത്തോട്ടം എന്നാണ് പറഞ്ഞിരുന്നത്. ഞാൻ കാണുമ്പോൾ അവിടെ പടിപ്പുര ഇല്ലായിരുന്നു. നാലുകെട്ടിലേക്ക് വരാനുള്ളതുപോലെ പടിപ്പുരത്തോട്ടത്തിലേക്ക് ഇറങ്ങാനും ചെങ്കൽപ്പടവുകൾ ഉണ്ടായിരുന്നു.

വൃശ്ചികക്കാറ്റിൽ രണ്ടു തോട്ടങ്ങളിലും കവുങ്ങിൻ തലപ്പുകളിൽ നിന്നും വീഴുന്ന പച്ചകുമ്പാളകൾ കിടപ്പുണ്ടാവും. കുമ്പാളകൾ പൊളിച്ചാൽ പൂക്കുലകൾ കാണും. കവുങ്ങിൻ പൂക്കുലകൾക്ക് നല്ല സുഗന്ധമാണ്.

കുമ്പാളകൾക്കകത്തെ വെണ്മയും മൃദുലതയും തന്റെ ചെറുപ്പത്തിൽ

എം ടി യെയും ആകർഷിച്ചിട്ടുണ്ടാവണം. നാലുകെട്ടിന്റെ രചനയിൽ കൂമ്പാളകളുടെ വെണ്മയും മൃദുലതയും അമ്മിണിയേടത്തിയുടെ അഴ കാക്കി മാറ്റാൻ എം ടി ക്ക് കഴിഞ്ഞത് അതുകൊണ്ടായിരിക്കാം.

മാതങ്കോത്ത് ഇല്ലത്തിനടുത്ത് പണ്ട് പപ്പടച്ചെട്ടികൾ താമസിച്ചിരുന്ന ഒരു പുരയും പറമ്പും ഉണ്ടായിരുന്നു. എന്റെ അച്ഛൻ അത് മകൾ വിലാ സിനിയുടെ പേരിൽ വാങ്ങിക്കൊടുത്തു. അവിടെ അമ്മയും വല്യമ്മയും മുത്തശ്ശിയും ആൺമക്കളും ഒരുമിച്ച് കുറെക്കാലം താമസിച്ചിട്ടുണ്ട്.

കുമാരേട്ടന്റെ താവഴിക്കായിരുന്നു അച്ചുമ്മാന്റെ കാലത്തെ നാലു കെട്ട് ഭാഗിച്ചുവെച്ചത്. അവർക്ക് അത് വില്ക്കണം. കുമാരേട്ടന്റെ താവ ഴിക്ക് താമസിക്കാൻ ഒരു വീട് വേണം. ചെട്ടിപ്പുരയുമായി കൈമാറ്റം ചെയ്താൽ ബാക്കി പണം അവർക്ക് കൊടുത്താൽ മതി.

വല്യമ്മ അമ്മയെ ഉപദേശിച്ചു.

"എനിക്ക് നാല് ആൺമക്കളാണ്. നിനക്ക് ഒരു പെണ്ണും നിന്റെ മകൾക്ക് എന്റെ മക്കൾ ഒരു തുണയാവും."(അന്ന് ഞാൻ ജനിച്ചിട്ടുണ്ടാ യിരുന്നില്ല.)

"നിന്റെ വീട് അവർക്ക് കൊടുത്തോ"വിലാസിനിയുടെ രക്ഷിതാ വെന്ന നിലയിൽ കുമാരേട്ടന്റെ താവഴിക്ക് അമ്മ ചെട്ടിപ്പറമ്പ് കൈമാറി തന്റെ നാല് ആൺമക്കൾക്കൊപ്പം അനിയത്തിയുടെ മകളുടെ പേരുകൂടി ചേർത്ത് നാലുകെട്ടിന്റെ തീറാധാരം രജിസ്റ്റർ ചെയ്തു. വിലാസിനിക്കു കൂടി നാലുകെട്ടിന്റെ അവകാശം കിട്ടി.

വൈകി ജനിച്ച എനിക്ക് നാലുകെട്ടിൽ അവകാശങ്ങളില്ലായിരുന്നു. പക്ഷേ, ഈ നാലുകെട്ടിലാണ് എന്റെ ജനനം. ഇവിടെയാണ് എന്റെ ബാല്യകൗമാരങ്ങൾ കടന്നുപോയത്.

രണ്ടാമത് ഭാഗം വെച്ചപ്പോൾ വിലാസിനിക്കുള്ള അവകാശത്തിന് താന്നിക്കുന്നിൽ സ്ഥലം നല്കി.

എന്റെ അമ്മ തറവാട്ടിൽ നിന്ന് രണ്ടാംതവണയും പടിയിറങ്ങി. താന്നിക്കുന്നിൽ വിലാസിനി ഉണ്ടാക്കിയ വീട്ടിൽനിന്നും അമ്മ എനി ക്കൊപ്പം പോന്നു.

ഇല്ലപ്പറമ്പിന്റെ മേലെ തല വാങ്ങി ഞാൻ ഒരു ചെറിയ വീട് ഉണ്ടാ ക്കിയിരുന്നു. മരിക്കുംവരെ അമ്മ എനിക്കൊപ്പമായിരുന്നു.

എന്റെ അച്ഛൻ മരിക്കുമ്പോൾ എനിക്ക് അഞ്ച് വയസ്സായിരുന്നു. അച്ഛന്റെ തറവാട്ടിലെ ഓഹരി അച്ഛൻ മരുമക്കൾക്ക് പ്രതിഫലം ഒന്നും വാങ്ങാതെ ദാനംതീറ് നല്കി. കൊടിക്കുന്നത്തെ കിഴക്കെ നടയിലെ കച്ച വടവും നിർത്തി അച്ഛൻ കൂടല്ലൂരിൽ ഞങ്ങളുടെ തറവാട്ടിൽ താമസമാക്കി.

ഞാൻ ഇപ്പോൾ താമസിക്കുന്ന വീടിന്റെ തൊട്ടുമുന്നിൽ കുറ്റിപ്പുറ ത്തുകാരുടെ ഒരു പീടിക ഒഴിഞ്ഞുകിടന്നിരുന്നു. ആ പീടികയിൽ വീണ്ടും അച്ഛൻ കച്ചവടം തുടങ്ങി.

പീടികയിൽ വരുന്ന കുട്ടികൾക്ക് അച്ഛൻ ചാക്കിൽ നിന്ന് ശർക്കര അച്ച് എടുത്ത് തിന്നാൻ കൊടുക്കും എന്ന് പറഞ്ഞ് കേട്ടിട്ടുണ്ട്. അച്ഛന്

എല്ലാ കുട്ടികളേയും ഇഷ്ടമായിരുന്നു.

അച്ഛൻ വെളുത്ത് തടിച്ചിട്ടാണത്രെ. ഓർമ്മയിലില്ല.

കച്ചവടത്തിൽനിന്നും മറ്റ് ചില ഇടപാടുകളിൽനിന്നും അച്ഛൻ കുറച്ച് കാശ് സമ്പാദിച്ചിരുന്നു.

അച്ഛൻ മരിച്ചു.

അമ്മയ്ക്ക് എന്നും അസുഖമാണ്.

നിലത്ത് വീണ് പ്രത്യേക ഈണത്തിൽ ഒച്ചകളുണ്ടാക്കി കൈകാലുകൾ കൊണ്ട് നിലത്തടിച്ച് കിടക്കും.

അച്ഛന്റെ മരുമക്കൾ അമ്മയ്ക്കെതിരെ ദുർമ്മന്ത്രവാദങ്ങൾ ചെയ്യുന്നു എന്നാണ് അമ്മയുടെ വിശ്വാസം. നൂറും ഇരുന്നൂറും രൂപ വീതം മന്ത്രവാദികൾക്കും ആവണങ്ങാട്ടെ ചാത്തനും വല്ലപ്പുഴ മുസലിയാർമാർക്കും കൊടുത്ത് പരിഹാര കർമ്മങ്ങൾ ചെയ്യിക്കും.

അച്ഛന് ചില മാപ്പിളമാരുമായി പണമിടപാടുകൾ ഉണ്ടായിരുന്നു.

ഒരു ജ്യോത്സ്യൻ കവടി നിരത്തി പറഞ്ഞു:

"ചേക്കുട്ടി ഉപ്പാപ്പയുടെ ബാധയാണ്."

വല്ലപ്പുഴ നിന്ന് മുസലിയാർമാർ വന്നു.

ഞങ്ങളുടെ തറവാട്ടിലെ കൈയാലയിലിരുന്ന് ഈയമുരുക്കി ചേക്കുട്ടി ഉപ്പാപ്പയുടെ ബാധയെ മടക്കാൻ പഠിച്ച വിദ്യകളൊക്കെ പ്രയോഗിച്ചു. അമ്മയുടെ അസുഖങ്ങൾ എന്നിട്ടും മാറിയില്ല.

അച്ഛൻ നല്കിയ പണമൊക്കെ മന്ത്രവാദത്തിനുവേണ്ടി ചെലവഴിച്ചു കഴിഞ്ഞു. കുറെപണം കൂട്ടുകുടുംബത്തിലെ ചെലവുകൾക്കായി എടുത്തു ആരും കണക്ക് ചോദിച്ചില്ല, ആരും കണക്ക് പറഞ്ഞതുമില്ല.

വല്യമ്മയും അമ്മയും ദാരിദ്ര്യവും കഷ്ടപ്പാടുകളും സഹിച്ചവരാണ്.

മുത്തശ്ശിയുടെ താവഴിക്ക് ഭാഗിച്ചുകിട്ടിയ കൃഷിഭൂമിയിൽ നിന്ന് ഒരു കൊല്ലം മുഴുവനും കഴിക്കാനുള്ള നെല്ല് കിട്ടില്ല. നാലുകെട്ടിന്റെയും പത്തായപ്പുരയുടെയും തോട്ടങ്ങളിൽ നിന്ന് കുറച്ച് അടയ്ക്കയും കുറച്ച് തേങ്ങയും കിട്ടും. അതു വിറ്റാൽ കിട്ടുന്ന പണം കൊണ്ട് കൃഷിപ്പണിക്കും വർഷം മുഴുവൻ പലചരക്കുവാങ്ങലിനും തികയില്ല. നെല്ലും പണവും കഴിഞ്ഞാൽ വല്യമ്മയും വല്യമ്മയുടെ മരണശേഷം അമ്മയും മാതങ്കോത്ത് ഇല്ലത്ത് നിന്നും ചോഴിയത്ത് അച്യുതൻ നായരുടെ അടുത്തു നിന്നും കടം വാങ്ങിക്കാറുണ്ട്.

അടുക്കളപ്പണിക്ക് സഹായിക്കാൻ മറ്റുചില താവഴികളിലെ ദരിദ്രാവസ്ഥയിൽ നിന്നും വരുന്ന അകന്ന കുടുംബാംഗങ്ങളായ ഏട്ടത്തിമാർ വരും.

ഇവർക്കും പുറമെ പുഴകടന്ന് അച്ചുമ്മാമയുടെ മക്കൾ അവരുടെ അച്ഛന്റെ വീടായ ഞങ്ങളുടെ തറവാട്ടിൽ ഇടയ്ക്കിടെ താമസിക്കാനെത്തും. ഭക്ഷണത്തിന് ആളുണ്ട്.

പുറത്താട്ടിലെ കുട്ടികൾ വല്യമ്മയ്ക്കും അമ്മയ്ക്കും അന്യരല്ല. അവരുടെ അച്ഛന്റെ വീട്ടിലെ കുട്ടികളാണ്. ആങ്ങളയുടെ മക്കളാണ്.

പുഴകടന്ന് ഭാര്യവീട്ടിൽ നിന്ന് വരുന്ന അച്ചുമ്മാമയുടെ കൂടെ രണ്ടും മൂന്നും കുട്ടികളുണ്ടാകും.

ആങ്ങളയും മക്കളും പടികയറി വരുന്നതുകണ്ടാൽ അമ്മ പിറുപിറുക്കാൻ തുടങ്ങും.

"ദാ....വര്ണ്ണ്ട്. അവനെന്താ? പൂച്ചക്കുട്ടികളെ കരകടത്തുന്നത് പോലെ ഇവിടെ കൊണ്ട് ആക്കിയാൽ പോരെ? ചെലവിന് തരേം വേണ്ട."

പിടിവളഞ്ഞ നീണ്ട മുളങ്കാലുള്ള നരയ്ക്കാൻ തുടങ്ങിയ ശീലക്കുട തോളിൽ പിടിച്ചാണ് അച്ചുമ്മാമയുടെ വരവ്. അരയ്ക്ക് മീതെ അകം വളഞ്ഞ് നല്ലപോലെ കറുത്ത് മെലിച്ച ഒരാളായിരുന്നു. നെറ്റിയിൽ നിന്ന് മേലോട്ട് കയറിയ മിനുത്ത കഷണ്ടിയുണ്ടായിരുന്നു ഞങ്ങളുടെ അച്ചുമ്മാമയ്ക്ക്. ആധാരമെഴുത്തും നാട്ടുകാര്യസ്ഥതയുമാണ് ജോലി. ആറ് മക്കളെ പോറ്റിവളർത്താനുള്ള ശേഷിയില്ല.

എം ടി ഒരിക്കലും ഒരു ദീർഘകാലം കൂടല്ലൂരിൽ ഉണ്ടായതായി ഞാൻ ഓർമ്മിക്കുന്നില്ല. ഹൈസ്കൂൾ വിദ്യാഭ്യാസം കുമരനെല്ലൂരിൽ താമസിച്ച് പഠിച്ചാണ്. പിന്നെ പാലക്കാട് വിക്ടോറിയ കോളേജിൽ താമസിച്ച് ബിരുദ പഠനം. എം ബി ട്യൂട്ടോറിയൽ കോളജിൽ അദ്ധ്യാപകനായി കുറച്ച് കാലം.

പട്ടാമ്പിയിലെ ഒരു ഹൈസ്കൂളിൽ അദ്ധ്യാപകനായി ഒരിടവേള. പിന്നെ *മാതൃഭൂമി*യിൽ.

ചില അവധിക്കാലത്ത് വീട്ടിൽ വരും. ദരിദ്രമായ ചുറ്റുപാടുകളിൽ ജനിച്ച് കഷ്ടതകളുടെ ബാല്യകൗമാരങ്ങൾ പിന്നിട്ടാണ് എം ടി സ്വന്തം സാമ്രാജ്യങ്ങൾ നേടുന്നത്.

രാപ്പകലുകളുടെ വിശ്രമമില്ലാതെ അദ്ധ്വാനമുണ്ട് ആ നേട്ടങ്ങൾക്കു പിന്നിൽ.

ലോകത്ത് എവിടെ ഒരു നല്ല കൃതി ജനിച്ചെന്ന് അറിഞ്ഞാലും എം ടി അത് സ്വന്തം കൈകളിലാക്കും. ആശുപത്രിയിൽ ചികിത്സയിലായാലും വീട്ടിൽ വിശ്രമിക്കുമ്പോഴായാലും എം ടി യുടെ കൈയിൽ പുസ്തകം ഉണ്ടാകും.

ഈയിടെ എം ടി തന്നെ പറഞ്ഞിട്ടുണ്ട്. മനസ്സെത്തുന്നിടത്ത് ശരീരം എത്തിക്കാൻ കഴിയുന്നില്ല.

വയസ്സാവുന്നു.

സാരമില്ല. എവിടെയൊക്കെയോ ആളുകൾ പ്രാർത്ഥിക്കുന്നുണ്ട്.

കർക്കിടകത്തിലെ ഉത്തൃട്ടാതി നാളിൽ എം ടി അറിയാതെ എത്രയോ ആളുകൾ ക്ഷേത്രത്തിൽ എം ടി യുടെ പേരിൽ പൂജ നടത്താറുണ്ട്. എം ടി യെ ബോദ്ധ്യപ്പെടുത്തി എന്തെങ്കിലും നേടാനായി ചെയ്യുന്നതല്ല ഇതൊന്നും.

എഴുതാനുള്ള ശക്തി തളരരുത്.

എല്ലാ ഐശ്യര്വങ്ങളോടെയും ആരോഗ്യത്തോടെയും ഇനിയും ദീർഘകാലം എം ടി ജീവിക്കട്ടെ എന്ന ഒരേയൊരു പ്രാർത്ഥന മാത്രം.

2

ഞങ്ങളുടെ ഉണ്ണ്യേട്ടൻ

തൊണ്ണൂറ് കഴിഞ്ഞ എന്റെ അമ്മയ്ക്ക് ഇപ്പോഴും ചില നിർബ്ബന്ധങ്ങളൊക്കെയുണ്ട്. വാസു വന്ന് തന്നെ കാണണം. വാസുവിന്റെ കൈയിൽ നിന്ന് എന്തെങ്കിലും കിട്ടുകയും വേണം.

കൂടല്ലൂരിൽ വന്നാൽ മിക്കപ്പോഴും ചെറിയമ്മയെ വന്ന് കണ്ടതിനു ശേഷമേ ഉണ്ണ്യേട്ടൻ മടങ്ങിപ്പോവുകയുള്ളൂ. ഇടവഴിയും കുന്നും കയറി വീണ്ടും കുത്തനെയുള്ള ഏതാനും കല്പടവുകൾ പിന്നിട്ടാലെ എന്റെ വീട്ടിൽ എത്തുകയുള്ളൂ. മുറ്റത്തെത്തുമ്പോഴേക്ക് ഉണ്ണ്യേട്ടൻ കിതയ്ക്കുന്നുണ്ടാവും. ഈയിടെയായി കിതപ്പാറാൻ അരക്കെട്ടിൽ കൈകൾ കുത്തി തെല്ലിട മുറ്റത്തു തന്നെ നില്ക്കുന്നു. ഇതു കണ്ട് ഞാൻ പലപ്പോഴും പറയാറുണ്ട്.

എപ്പോഴും ഈ കുന്ന് കയറി ബുദ്ധിമുട്ടണമെന്നില്ല. ഉണ്ണ്യേട്ടൻ വന്നിരുന്നു എന്ന് അമ്മയെ അറിയിക്കാതിരുന്നോളാം. എപ്പോഴെങ്കിലും വന്ന് ഒന്ന് അമ്മയെ കണ്ടാൽ മതി. (അമ്മ ഇപ്പോൾ കുന്നിൻ പുറത്തെ വീട്ടിൽ എന്റെ കൂടെയാണ് താമസം.)

എവിടേക്കോ ഉള്ള ഒരു യാത്രയ്ക്കിടയിൽ അല്ലെങ്കിൽ കോഴിക്കോട്ടേക്കുള്ള തിടുക്കപ്പെട്ട ഒരു മടക്കയാത്രയ്ക്കിടയിൽ മറ്റെവിടെയും കയറാൻ നേരമില്ലാതെ ഒന്നു വിശ്രമിക്കാൻ മാത്രം പുഴക്കരയിലെ വീട്ടിൽ അല്പനേരം ഇരുന്ന് ഉണ്ണ്യേട്ടൻ വീണ്ടും യാത്രയായിട്ടുണ്ടാവും. (പുഴയോരത്ത് വീട്- ഒന്നു വിശ്രമിക്കാൻ മാത്രം നിളാനദിക്കരയിൽ എം ടി നിർമ്മിച്ച 'അശ്വതി' എന്ന് പേരിട്ടിട്ടുള്ള ഒരു ചെറിയ വീട്)

പണിക്കാരാരെങ്കിലും വന്ന് എം ടി വന്ന വിവരം അറിയിക്കും.

അമ്മയുടെ അന്വേഷണം:

"വാസു പോയോ?"

"പോയി."

വാസു തിരിച്ചുപോയി എന്നറിയുമ്പോൾ ചെറിയമ്മയ്ക്ക് പരിഭവം. തുടർന്ന് വരുന്നവരോടും പോകുന്നവരോടുമൊക്കെ ചെറിയമ്മ പറയുന്നു:

"ഇക്കുറി വാസു വന്നിട്ട് ഇങ്ങോട്ടൊന്നും കയറിയില്ല."

"എന്നും യാത്രകൾ. തിരക്കു പിടിച്ച പരിപാടികൾ. എന്തെങ്കിലും ഒരാവശ്യത്തിന് കോഴിക്കോട്ടേക്ക് വിളിക്കുമ്പോഴാണറിയുക. ആൾ മദിരാശിയിലാണെന്ന്. അല്ലെങ്കിൽ ബാംഗ്ലൂരിൽ, ബോംബെയിൽ, തിരുവനന്തപുരത്ത്, തൃശ്ശൂരിൽ...പക്ഷേ, ഇതൊന്നും പറഞ്ഞാൽ എന്തോ അമ്മക്ക് ബോദ്ധ്യമാവില്ല. എപ്പോഴും ഈ കുന്ന് കയറിവന്ന് ചെറിയമ്മയെ കണ്ടു പോകാൻ ഉണ്ണ്യേട്ടൻ ഇപ്പോൾ അത്ര ചെറുപ്പമൊന്നുമല്ലല്ലോ."

അമ്മയുടെ പരിഭവം കുറച്ചുനാൾ നിലനില്ക്കും. വാസു വീണ്ടും വന്നെത്തുമ്പോൾ ചെറിയമ്മയുടെ പരിഭവം മഞ്ഞുപോലെ ഉരുകിത്തീരുകയും ചെയ്യും. യാത്ര പറഞ്ഞ് പുറപ്പെടാൻ നേരം ചെറിയമ്മയ്ക്ക് എന്തെങ്കിലും നല്കാൻ ഉണ്ണ്യേട്ടൻ ഒരിക്കലും മറന്നിട്ടില്ല. അമ്മ ഒരിക്കലും പണം ആവശ്യപ്പെട്ടില്ലെങ്കിലും ചെറിയമ്മയുടെ ആഗ്രഹം ഉണ്ണ്യേട്ടന് നന്നായറിയാം. മുറ്റത്തേക്കിറങ്ങിയതുശേഷമായിരിക്കും ചിലപ്പോൾ ഓർമ്മിക്കുന്നത് ചെറിയമ്മയ്ക്ക് ഒന്നും കൊടുത്തില്ലല്ലോ?

അമ്മയ്ക്ക് എന്തിനാ പണം? ഇവിടെ ഒന്നിനും ബുദ്ധിമുട്ടില്ലല്ലോ?

വന്നു കാണുമ്പോഴൊക്കെ ചെറിയമ്മയ്ക്കുള്ള 'ഈ പാരിതോഷികം' നല്കൽ നിരുത്സാഹപ്പെടുത്താനായി ഞാൻ ശ്രമിക്കും. പക്ഷേ, ഉണ്ണ്യേട്ടൻ പതിവ് തെറ്റിച്ചിട്ടില്ല. മറുപടിയായി, ഒരു ചെറുചിരി മാത്രം. സദാ കാത്തു സൂക്ഷിക്കുന്ന ആ ഗൗരവത്തിനുമേൽ തൽക്ഷണം ആ ചിരി വിടർന്നു പൊഴിയുന്നു.

തനിക്ക് തൊണ്ണൂറ് കഴിഞ്ഞു എന്ന് അമ്മ ഒരിക്കലും സമ്മതിച്ചു തരില്ല. കുറച്ചുകാലമായി ഓർമ്മത്തെറ്റു കൊണ്ടാണോ എന്നറിയില്ല, ഓരോ വർഷം കഴിയുമ്പോഴും ഓരോ വയസ്സ് കുറച്ചാണ് അമ്മ പറയുന്നത്. വീട്ടിൽ ഓരോരുത്തരുടെയും ജന്മനക്ഷത്രങ്ങളും പിറന്നാൾ മാസങ്ങളും അമ്മയ്ക്ക് കാണാപ്പാഠമാണ്.

കർക്കിടകം പിറന്നാൽ ഉത്തൃട്ടാതി നാൾ അമ്മ എണ്ണി കണക്കാക്കുന്നു– അമ്മ പറയും – ഇക്കുറി വാസുവിന്റെ നല്ലകാലവും ചീത്തക്കാലവും അമ്മ പ്രവചിക്കും. എന്തോ ഈ പ്രവചനങ്ങളൊന്നും ഞങ്ങൾ ശ്രദ്ധിക്കാറില്ല.

ഉണ്ണ്യേട്ടൻ പിറന്നാൾ കഴിഞ്ഞു പോവുമ്പോൾ ഞങ്ങൾ ചോദിക്കുന്നു:

"അമ്മേ ഉണ്ണ്യേട്ടന് ഇപ്പോൾ എത്ര വയസ്സായി?"

വാസുവിന് പ്രായമാവുന്നത് ചെറിയമ്മയ്ക്ക് അംഗീകരിക്കാൻ വിഷമം. തന്റെ പ്രായവും കുറച്ച് പറയുന്നു. വീട്ടിൽ മറ്റുള്ളവരുടെ പ്രായം കണക്കാക്കുമ്പോഴും അമ്മ ഒരിക്കലും നേര് പറഞ്ഞിട്ടില്ല.

എപ്പോഴെങ്കിലും ടി വി സ്ക്രീനിൽ ഉണ്ണ്യേട്ടന്റെ മുഖം തെളിയുമ്പോൾ കിടപ്പുമുറിയിൽ നിന്ന് അമ്മയെ തിടുക്കപ്പെട്ട് കൂട്ടിക്കൊണ്ടുവന്ന്

ടി വി സ്ക്രീൻ ചൂണ്ടിക്കാണിച്ച് എന്റെ കുട്ടികൾ പറയുന്നു:

"അച്ഛമ്മേ, ഉണ്ണിമാമ"

കണ്ണുകൾക്ക് തെളിച്ചമില്ലെങ്കിലും കാതുകൾക്ക് നല്ല കേൾവിശക്തിയില്ലെങ്കിലും അമ്മയുടെ മനസ്സിൽ സ്വന്തം ജ്യേഷ്ഠത്തിയുടെ മകൻ വാസുവിന്റെ ശൈശവവും ബാല്യവുമെല്ലാം തെളിയുന്നുണ്ടാവണം. വികൃതിയും വാശിയും നല്ല ബുദ്ധിയും ഒക്കെയുള്ള ഈ വാസുവിനെയാണല്ലോ ഈ ചെറിയമ്മ ഒക്കത്തിരുത്തി നടന്നിരുന്നത് എന്ന വിചാരവും ഉണർന്നിട്ടുണ്ടാവും.

അമ്മയ്ക്ക് ഓർമ്മിക്കാൻ ഒരുപാട് കാര്യങ്ങളുണ്ട്. താന്നിക്കുന്നിന്റെ താഴ്വരകളിൽ ഓണക്കാലങ്ങളിൽ പൂത്തുലഞ്ഞുകിടക്കാറുള്ള കണ്ണാന്തളിപ്പടർപ്പുകൾ കാണാൻ ചെറിയമ്മ കൂടെ വരണമെന്ന് വാശിപിടിക്കുന്ന വാസു–

ചെറിയ കുട്ടിയായിരുന്നപ്പോൾ വാസുവിനെ എണ്ണതേപ്പിച്ച് കോഴിയമ്പറ്റ ഇല്ലക്കുളത്തിൽ കൊണ്ടുപോയി വാക തേപ്പിച്ച് കുളിപ്പിക്കാറുണ്ടായിരുന്നത്–

കുംഭ മീനമാസങ്ങളിൽ മദ്ധ്യാഹ്നങ്ങളിൽ ഇടവഴി കയറിപ്പോയി ഞാവൽപ്പഴങ്ങൾ പെറുക്കി ചെമ്മണ്ണ് തുടച്ച് വാസുവിന് തിന്നാൻ കൊടുത്തിരുന്നത്– തെച്ചിപ്പഴങ്ങൾ പറിച്ചു കൊടുത്തിരുന്നത്– അങ്ങനെ എന്തെല്ലാം ഓർമ്മകൾ!

ചെറിയമ്മയുടെ ഓർമ്മകളിൽ മങ്ങാതെ കിടന്നിരുന്ന വാസുവിന്റെ ശൈശവവും ബാല്യവുമാണ്, ചെറിയമ്മയുടെ മകനായ എനിക്ക് എം ടി യുടെ ചെറുപ്പകാലത്തെക്കുറിച്ച് അറിയാവുന്ന കാര്യങ്ങൾ. ഞങ്ങൾ തമ്മിൽ പതിനൊന്ന് വയസ്സിന്റെ പ്രായവ്യത്യാസമുണ്ടല്ലോ. എന്റെ ഓർമ്മകൾക്ക് വേരുപിടിക്കാൻ തുടങ്ങുമ്പോഴേക്ക് എം ടി യുവത്വത്തിലേക്ക് കാലൂന്നിക്കഴിഞ്ഞിരുന്നു.

അമ്മയുടെ ഓർമ്മശക്തിക്ക് ഇപ്പോൾ മങ്ങലേറ്റിരിക്കുന്നു.

(ചെറിയമ്മയിൽനിന്ന് എം ടി യെക്കുറിച്ച് അറിയാനായി വന്ന പത്രക്കാർക്ക് ഈയിടെ നിരാശരാവേണ്ടി വന്നു. അമ്മയെ ഉമ്മറക്കോലായിലെ കസേരയിലിരുത്തി കുറച്ച് ഫോട്ടോകളെടുത്ത് ഫോട്ടോഗ്രാഫറായ റസാക്ക് കോട്ടയ്ക്കലും പത്രപ്രതിനിധിയും സുഹൃത്തുക്കളും മടങ്ങിപ്പോയി) വാസുവിന്റെ കുറുമ്പും ഏറെക്കാലം മനസ്സിൽ ഓർമ്മിച്ചുവെച്ചിരുന്നു.

അമ്മ പറഞ്ഞിട്ടുണ്ട്:

"എന്തെങ്കിലും മനസ്സിൽ വിചാരിച്ചാൽ, അതുപോലെ നടന്നില്ലെങ്കിൽ വാസുവിന്റെ മട്ടും മാതിരിയും മാറും."

പണ്ട് തുലാമാസത്തിലെ തിരുവോണനാളിൽ പെൺകുട്ടികളുള്ള തറവാടുകളിലൊക്കെ 'ഗണപതിക്കിടുവിക്കുക' എന്ന ഒരാചാരമുണ്ടായിരുന്നു. അവിലും മലരും അപ്പവും അടയുമൊക്കെ ഉണ്ടാക്കി നടത്തുന്ന ഒരു ഗണപതി പൂജ കഴിഞ്ഞാൽ പെൺകിടാങ്ങൾ ഈ അപ്പവും അടയും

അവിലും മലരുമൊക്കെ ആങ്ങളമാർക്ക് വാരിക്കൊടുക്കും.

വല്യമ്മ(എം ടി യുടെ അമ്മ)ക്ക് പെൺമക്കളില്ല. നാല് ആൺമക്കൾ മാത്രം.

പ്രായക്രമത്തിൽ അമ്മയുടെ ഭാഷയിൽ പറഞ്ഞാൽ ഗോവിന്ദൻകുട്ടി, ബാലൻ, കൊച്ചുണ്ണി, വാസു–

ഏട്ടത്തിയുടെ നാല് ആൺമക്കൾക്കുംകൂടി പെങ്ങൾ എന്നു പറയാൻ അമ്മുമാത്രം(അമ്മു– വിലാസിനി–എന്റെ ഓപ്പോൾ)അമ്മ ഓപ്പോളെ വിളിക്കുക അമ്മു എന്നാണ്– ഓപ്പോളുടെ വീട്ടിലിരുന്നാണ് ഉണ്ണ്യേട്ടൻ *രണ്ടാമൂഴം* എഴുതിത്തീർത്തത്.

വീട്ടിൽ കുട്ടികൾ എന്നു പറയാൻ കൊച്ചുണ്ണിയും വാസുവും അമ്മുവും മാത്രം. ഗോവിന്ദൻകുട്ടിയും ബാലനുമൊക്കെ കോളജിൽ പഠിക്കാൻ മറുനാടുകളിലാണ്. കൊച്ചുണ്ണിക്ക് പതിമൂന്നോ പതിനാലോ വയസ്സ്.

വാസുവിന് ഒമ്പത് വയസ്സ് കഴിഞ്ഞു കാണും. അമ്മുവിന് അഞ്ച് വയസ്സ് തികഞ്ഞു കാണില്ല. ഏടത്തിയുടെ മക്കളിൽ ഏറ്റവും ഇളയവനാണല്ലോ, വാസു. അമ്മുവിനും വാസുവിനും തമ്മിൽ വലിയ പ്രായവ്യത്യാസമില്ല. അതുകൊണ്ട് അവൾ അമ്മു എപ്പോഴും വാസുവിന്റെ കൂടെ ഉണ്ടാവും. അമ്മുവിന് വാസുവിനെയും വാസുവിനു വിലാസിനിയെയും വലിയ കാര്യം. ഗണപതിപൂജ കഴിഞ്ഞു. ആങ്ങളമാർക്ക് വാരിക്കൊടുക്കാനുള്ള സമയമായി കൊച്ചുണ്ണിയാണ് ഒളിച്ച് ആദ്യം ഓടിയെത്തിയത്. വാസുവാണെങ്കിൽ വന്നിട്ടുമില്ല.

അവിലും മലരും അപ്പവും അടയുമുള്ള നിവേദ്യം അമ്മു കൊച്ചുണ്ണ്യേട്ടന് വാരിക്കൊടുത്തു.

തിടുക്കപ്പെട്ടതാ, വാസു ഓടിയെത്തുന്നു.

തന്റെ അവകാശം കൊച്ചുണ്ണ്യേട്ടൻ കവർന്നെടുത്തതറിഞ്ഞ് വാസുവിന് കലി കയറി. ഒച്ചയും ബഹളവുമായി. പൂജസാധനങ്ങളും നിവേദ്യങ്ങളും ചവിട്ടിമെതിച്ചു. അമ്മ ഓർമ്മിക്കുന്നു:

ചെറുപ്പത്തിലെ വികൃതിയും വാശിയും സഹിക്കാനാവാതെയാണ് പ്രായമാവും മുമ്പ് വാസുവിനെ കോപ്പന്റെ സ്കൂളിൽ കൊണ്ടുപോയി ഇരുത്താൻ തുടങ്ങിയത്. (കോപ്പന്റെ സ്കൂൾ ഞങ്ങളുടെ ഗ്രാമത്തിലെ അന്നുണ്ടായിരുന്ന ഒരു സ്വകാര്യസ്കൂൾ)

സ്കൂളിൽ പോയിത്തുടങ്ങിയതോടെ ക്രമേണ വാസുവിന്റെ കുറുമ്പും വാശിയുമൊക്കെ കുറഞ്ഞു തുടങ്ങി. എല്ലാ ക്ലാസുകളിലും വാസു ഒന്നാമനായി. കോളേജിൽ ചേർക്കാൻ പ്രായമാവും മുൻപ് വാസു പത്താം ക്ലാസിൽ ഒന്നാമനായി ജയിച്ചു.

സദാ വായനയും എഴുത്തും തന്നെ.

ഉണ്ണ്യേട്ടാ എന്നു വിളിച്ചതുടങ്ങിയത് എന്റെ ഓപ്പോളായിരിക്കണം. ഓപ്പോൾ ഉണ്ണ്യേട്ടാ എന്ന് വിളിച്ചത് കേട്ടായിരിക്കണം ഞാനും വല്യേട്ടന്റെ മകൾ നളിനിയും അങ്ങനെ വിളിച്ചു ശീലിച്ചത്. പിന്നീട് ജനിച്ച

ഏട്ടന്മാരുടെ മക്കൾക്കൊക്കെ ഉണ്ണ്യേട്ടൻ 'ഉണ്ണിമാമ'യായി. അടുത്ത തലമുറയ്ക്കും എന്റെ കുട്ടികൾക്കും ഓപ്പോളുടെ കുട്ടികൾക്കും 'ഉണ്ണിമാമ' തന്നെ.

അല്പം ഭയത്തോടെയും അതിലേറെ ഒരുതരം ആരാധനാ ഭാവത്തോടെയുമാണ് ഞാൻ എന്റെ ചെറുപ്പത്തിൽ ഉണ്ണ്യേട്ടനെ നോക്കിക്കണ്ടിരുന്നത്. ഓപ്പോളെപ്പോലെ ആ വാത്സല്യം പങ്കിടാനോ ഒരുമിച്ച് കളിച്ചു വളരാനോ അടുത്തിടപെടാനോ എനിക്ക് കഴിഞ്ഞിട്ടില്ലല്ലോ.

വേനലവധിക്ക് കോളജടച്ച് വീട്ടിലെത്തുന്ന ഉണ്ണ്യേട്ടനാണ് എന്റെ ഓർമ്മയിലുള്ളത്.

ഉണ്ണ്യേട്ടന്റെ മുറി പത്തായപ്പുരയുടെ മുകളിലാണ്.

എപ്പോൾ നോക്കിയാലും പത്തായപ്പുരയുടെ മുകളിലെ മുറിയിൽ ഒരാൾക്ക് പുസ്തകം വായനയും എഴുത്തും തന്നെ.

വല്ലപ്പോഴും കൊയിലാണ്ടി അബ്ദുറഹിമാൻ എന്നു പറഞ്ഞു കേൾക്കാറുള്ള ഒരാൾ വാസുവിനെ അന്വേഷിച്ച് വരും. പത്തായപ്പുരയുടെ മുകളിൽ പോയി അബ്ദുറഹിമാൻ എന്ന ആൾ കുറച്ചുനേരം ഉണ്ണ്യേട്ടനുമായി ഇരുന്ന് വർത്തമാനം പറഞ്ഞു തിരിച്ചു പോകും. പത്തായപ്പുരയുടെ മുകളിലെ പടിഞ്ഞാറെ മുറിയിൽ ചുമരോട് ചേർത്തടിച്ച പലകസ്റ്റാന്റിൽ നിറയെ പുസ്തകങ്ങൾ, പിന്നെ പല പേരുകളിലുള്ള വാരികകളും മാസികകളും മറ്റു പ്രസിദ്ധീകരണങ്ങളും. അടുക്കിവെച്ച കുറേ കത്തുകൾ.

ഉണ്ണ്യേട്ടൻ തപാലാഫീസിൽ പോവുമ്പോൾ ഞാൻ പത്തായപ്പുരയുടെ മുകളിൽ കയറിച്ചെന്ന് എല്ലാം മറിച്ചുനോക്കും. തപാൽകാർഡുകളിൽ എം ടി എൻ നായർക്കും എം ടി വാസുദേവൻ നായർക്കും എഴുതിയ കത്തുകൾ വായിച്ചു നോക്കും.

കൊച്ചുണ്ണ്യേട്ടൻ(എം ടി എൻ) കവിത എഴുതുന്നുണ്ടെന്നും ഉണ്ണ്യേട്ടൻ കഥകൾ എഴുതുന്നുവെന്നും മനസ്സിലാക്കിയത് അങ്ങനെയാണ്. ബാലേട്ടനും കഥകളെഴുതുമെന്നും നല്ല ചിത്രങ്ങൾ വരയ്ക്കാറുണ്ടെന്നും നന്നായി ഫോട്ടോ എടുക്കുന്ന ആളെന്നും ഞാൻ മനസ്സിലാക്കി. വല്യേട്ടനും ചില ലേഖനങ്ങൾ അക്കാലത്ത് എഴുതിയിട്ടുണ്ട്.

എന്റെ ഏട്ടന്മാരെക്കുറിച്ച് എനിക്ക് അഭിമാനം തോന്നിയിരുന്നു.

ഒരിക്കൽ പുസ്തകങ്ങൾ എടുത്തു നോക്കുമ്പോൾ അതാ അച്ചടി മഷിയുടെ ഗന്ധം വിടാത്ത ആ പുതിയ പുസ്തകം"രക്തം പുരണ്ട മൺതരികൾ"–എം ടി വാസുദേവൻ നായർ. കൂട്ടത്തിൽ മറ്റൊരു പുസ്തകമുണ്ട്. *കരയുന്ന കാല്പാടുകൾ.* ഉണ്ണികൃഷ്ണൻ പുതൂരിന്റെ കഥാസമാഹാരം. ആദ്യം ഞാൻ *രക്തം പുരണ്ട മൺതരികൾ* ആർത്തിയോടെ ഓരേ ഇരിപ്പിന് വായിച്ചു തീർത്തു. അതിനു ശേഷം ഉണ്ണികൃഷ്ണൻ പുതൂരിന്റെ *കരയുന്ന കാല്പാടുകളും.*

കാർത്ത്യായനി ഓപ്പു(എം ടി യുടെ അച്ഛന്റെ മരുമകൾ) എന്റെ ഗുരുനാഥയാണ്. കാർത്ത്യായനി ഓപ്പു മലമക്കാവ് യു പി സ്കൂളിൽ

പോവുന്നത് ഞങ്ങളുടെ വീട്ടിൽ താമസിച്ചാണ്. ഞാൻ സ്കൂളിൽ പോവുന്നതും വരുന്നതും കാർത്ത്യായനി ഓപ്പുവിന്റെ കൂടെയാണ്.

പാലക്കാട്ടുനിന്ന് പ്രസിദ്ധീകരിക്കുന്ന *മലയാളി* കാർത്ത്യായനി ഓപ്പുവിന്റെ മേൽവിലാസത്തിലാണ് വരുന്നത്.

മലയാളി യുടെ മടക്ക് നിർത്തിയപ്പോൾ ഒക്കത്ത് വെള്ളക്കുടവുമായി പുഴയുടെ മണൽപ്പുറത്ത് നില്ക്കുന്ന 'ഒരുമ്മപ്പെണ്ണി' ന്റെ രേഖാചിത്രം. മീതെ നോക്കിയപ്പോൾ നീണ്ട കഥയാണ്.

എഴുതിയത് എം ടി വാസുദേവൻ നായർ. *പാതിരാവും പകൽ വെളിച്ചവും* എന്ന പേരിൽ പിന്നീട് പ്രസിദ്ധീകരിച്ച നോവൽ. ഖണ്ഡശ്ശഃ പ്രസിദ്ധീകരിച്ചത് *മലയാളി*യിലാണ്. ഉണ്ണ്യേട്ടന്റെ ആദ്യനോവൽ. ആ ലക്കം ഞാൻ ആർത്തിയോടെ വായിച്ചു. കഥ തുടർച്ചയായി വായിക്കാൻ പല ലക്കങ്ങളും എന്റെ കൈയിലെത്തിയില്ല. പുസ്തകരൂപത്തിൽ പ്രസിദ്ധീകരിച്ചശേഷം മാത്രമാണ് ഞാൻ *പാതിരാവും പകൽവെളിച്ചവും* തുടർച്ചയായി വായിക്കുന്നത്.

വീട്ടിലിരിക്കുന്ന ദിവസങ്ങളിൽ വൈകുന്നേരമാവുമ്പോൾ ഉണ്ണ്യേട്ടൻ പതിവായി താപാലാഫീസിൽ പോവും. മുത്തുവിളയും കുന്നിലെ പള്ളിക്കും ശിവക്ഷേത്രത്തിനും അടുത്താണ് തപാലാഫീസ്. വീട്ടിൽ നിന്ന് രണ്ടു നാഴിക നടന്നു പോവണം.

യു പി ക്ലാസിൽ പഠിക്കുമ്പോൾ എന്നോ ആണ് ഉണ്ണ്യേട്ടൻ എന്നെ തപാലാഫീസിൽ അയയ്ക്കുന്നത്. എന്തോ കാരണത്താൽ അന്ന് ഉണ്ണ്യേട്ടന് തപാൽ ആഫീസിൽ എത്താൻ കഴിഞ്ഞില്ല. അതുകൊണ്ടാണ് വല്ല കത്തും ഉണ്ടോ എന്നറിയാൻ എന്നെ തപാലാഫീസിലേക്കയച്ചത്. പോസ്റ്റുമാസ്റ്റർ ഞങ്ങളുടെ കുടുംബത്തിലെ വേലായുധേട്ടനാണ്. പോസ്റ്റാഫീസും വേലായുധേട്ടനെയും ആദ്യമായി കാണുന്നത് അങ്ങനെയാണ്.

സ്കൂൾ വിട്ടുവന്ന് കാപ്പികുടി കഴിഞ്ഞാൽ കാർത്ത്യായനി ഓപ്പു പത്തായപ്പുരയുടെ മുകളിലേക്ക് കയറിപ്പോവും. വാസുവിന്റെ അടുത്തിരുന്ന് വർത്തമാനം പറയും. ഊണ് കഴിക്കാൻ സമയമായാൽ താഴെ നിന്ന് അമ്മ കാർത്ത്യായനിയെ പലവട്ടം വിളിക്കണം. ഇടയ്ക്കിടെ വിളിച്ച് മടുക്കുമ്പോൾ അമ്മ പറയും:

"എന്താണാവോ ദിവസവും ഇത്ര വർത്തമാനം പറയാനുള്ളത്."

കഥയും സാഹിത്യവുമായിരിക്കാം ചർച്ചകളെന്ന് ഞാൻ ഊഹിച്ചു.

എഴുത്തുകാരോടും പുസ്തകങ്ങളോടും ഉള്ള എന്റെ ആദരവ് ആരംഭിക്കുന്നത് ഉണ്ണ്യേട്ടനിൽ നിന്നാണ്.

സാഹിത്യമെന്നു പറഞ്ഞാൽ വാക്കുകൾ സാധാരണ ഗതിയിൽ ഉപയോഗിച്ചാൽ പോരെന്നായിരുന്നു എന്റെ ആദ്യധാരണ. ഉണ്ണ്യേട്ടൻ എഴുത്തുകാരനായതുപോലെ എനിക്കും ഒരു കഥാകൃത്താവണമെന്ന് തോന്നിയിരുന്നു. ആറാംക്ലാസിലോ ഏഴാം ക്ലാസിലോ പഠിക്കുമ്പോഴാണ് കുട്ടികളോടായി രാമൻ മാഷ് ഒരു ചോദ്യം:

"ആർക്കൊക്കെ കഥ എഴുതാനറിയാം?"

എം ടി വാസുദേവൻ നായരുടെ ചെറിയമ്മയുടെ മകനാണല്ലോ ഞാൻ. ആ അഭിമാനത്തോടെ, ധൈര്യത്തോടെ ഞാൻ എഴുന്നേറ്റുനിന്നു. കഥയെഴുതാൻ ഞാനല്ലാതെ ക്ലാസിൽ മറ്റാരുമില്ല.

അന്നുരാത്രി ഏറെ നേരമിരുന്നു ഞാൻ ഒരു കഥ എഴുതി.

'ഒരു കൊലപാതകിയുടെ കഥ' എന്നോ മറ്റോ കഥയ്ക്ക് പേരിടുകയും ചെയ്തു. പക്ഷേ, ഒരബദ്ധം ചെയ്തു. 'വർഷകാലം' എന്നെഴുതുന്നതിനു പകരം ഞാൻ അത് 'വരുഷകാലം' എന്നാക്കി. സാഹിത്യം സാധാരണ വാക്കുകളിലെഴുതിയാൽ സാഹിത്യമാവില്ല. എന്ന എന്റെ തെറ്റിദ്ധാരണയുടെ ഫലം. ഈ വാക്ക് ചൂണ്ടിക്കാണിച്ച് രാമൻ മാഷ് എന്നെ കളിയാക്കി. ശ്രമിച്ചാൽ നല്ല കഥയെഴുതാൻ കഴിയുമെന്ന് പറഞ്ഞ് പ്രോത്സാഹിപ്പിക്കുകയും ചെയ്തു.

അന്നത്തെ നാണക്കേടിനുശേഷം വാക്കുകൾ എഴുതുമ്പോൾ എനിക്ക് പേടിയാണ്.

ഉണ്ണ്യേട്ടന്റെ കഥാപുസ്തകങ്ങൾ തന്നെയാണ് ഞാൻ ആദ്യം വായിക്കുന്ന സാഹിത്യകൃതികൾ. മറ്റേതൊരു കഥാകൃത്തിനേക്കാളും നല്ല ശൈലിയും ഭാഷയും എന്റെ ഉണ്ണ്യേട്ടന്റേതാണെന്ന് എനിക്ക് കേട്ടറിവുള്ളതാണ്.

കുട്ട്യേടത്തി കവുങ്ങൻ വളപ്പിലെ പാറുക്കുട്ട്യേടത്തിയുടെ സഹോദരിയായിരുന്നുവെന്നും *ഇരുട്ടിന്റെ ആത്മാവ്* ഞങ്ങളുടെ ബന്ധുവും അയല്കാരനുമായ 'വടക്കേലെ' വേലായുധേട്ടനായിരുന്നുവെന്നും ഞാൻ മനസ്സിലാക്കി. *നാലുകെട്ടി*ലെ അപ്പുണ്ണിയെ എനിക്കറിയില്ല. പക്ഷേ, വിഷം കൊടുത്ത് കൊല്ലപ്പെട്ട കോന്തുണ്ണി ഏട്ടനെപ്പറ്റി പറഞ്ഞു കേട്ടിട്ടുണ്ട്. വടക്കേലെ സുഭദ്രേടത്തിയുടെയും നാരായണിക്കുട്ടി ഓപ്പോളുടെയും പത്മാവതി ഓപ്പോളുടെയും അച്ഛനായ കോന്തുണ്ണിമ്മാമ തന്നെ. മുതലാളിമാരുടെ സഹായത്തോടെ ജയിലിൽ പോവാതെ ഒളിച്ചു കഴിഞ്ഞ ഒരു സെയ്താലിക്കുട്ടിയെയും എനിക്കറിയാം.

അസുരവിത്ത് വായിച്ചപ്പോൾ ഗോവിന്ദൻകുട്ടിയെ ഞാൻ കണ്ടെത്തി.

ഗോപിയേട്ടനെത്തന്നെ. ഞങ്ങളുടെ കുടുംബത്തിലെ ഒരു കാരണവർ. അമ്മയുടെ വകയിലെ ഒരാങ്ങള. 'സുകൃതക്ഷയം' കൊണ്ട് 'കള്ളനും' 'മാപ്പിള'യുമൊക്കെയായ ഒരാൾ. കട്ടതും മാപ്പിളയായതും ഈ ഗോപിയേട്ടനല്ലാതെ മറ്റാര്?

വലിയ ഒന്നരയുടുത്ത്, അതിനുമീതെ ചെറിയൊരുമുണ്ടുടുത്ത് നാലുകെട്ടിലെ സ്വകാര്യതയിൽ നടന്നിരുന്ന എന്റെ അമ്മയെ എനിക്കറിയാം. ആ ചെറിയമ്മ എന്റെ അമ്മതന്നെ. പക്ഷേ, പുകലപ്പൊതി വലിക്കുന്ന 'ചെറിയമ്മ' യെത്തേടിയെത്തുന്നവർക്ക് നിരാശയാവും ഫലം. അമ്മ ഒരിക്കലും പുകലപ്പൊടി വലിച്ചിട്ടില്ല. പക്ഷേ, ആരെങ്കിലും വന്നാൽ 'ചെല്ലപ്പെട്ടി' യുമായി വന്നിരുന്ന് ഇടയ്ക്കിടെ മുറുക്കിത്തുപ്പി അവരോട് വർത്തമാനം പറഞ്ഞിരിക്കും.

ചെറുപ്പത്തിൽ ഓപ്പോളെപ്പോലെ ഉണ്ണ്യേട്ടനുമായി അടുത്തിടപെടാൻ എനിക്ക് അവസരങ്ങൾ ഉണ്ടായിട്ടില്ല. കാരണം ഞാൻ ജനിക്കുന്നത് കുറെ കഴിഞ്ഞാണല്ലോ?

വല്യേട്ടനും ബാലേട്ടനും കൊച്ചുണ്ണ്യേട്ടനും ഒക്കെ എന്നെ സംബന്ധിച്ചിടത്തോളം വല്ലപ്പോഴും വീട്ടിൽ വരുന്ന 'വിരുന്നുകാർ' മാത്രമായിരുന്നു. മിതഭാഷിയും ഗൗരവക്കാരനുമായ വല്യേട്ടൻ. കൊമ്പൻ മീശക്കാരനും അല്പം ചോരനിറം കലർന്ന കണ്ണുകളുമായി ബാലേട്ടൻ. (വളരെ മുതിർന്ന് കഴിഞ്ഞ് ബാലേട്ടനുമായി അടുത്തിടപെടാൻ തുടങ്ങിയതു മുതലാണ് 'ബാലേട്ട'നിൽ ഒരു മനുഷ്യനുണ്ടെന്ന് ഞാൻ അറിഞ്ഞു തുടങ്ങുന്നത്. ഉള്ളിലമർത്തിയ ബാലേട്ടന്റെ സ്വകാര്യദുഃഖങ്ങളും ദുരന്താനുഭവങ്ങളും അറിയുന്നത്)

പക്ഷേ, വല്യമ്മയുടെ മറ്റ് മക്കളേക്കാൾ ഏറെ അടുപ്പവും സ്നേഹവും ചെറുപ്പം മുതലേ എനിക്ക് ഉണ്ണ്യേട്ടനോടായിരുന്നു. മറ്റാരിലും കാണാത്ത വലിയ മനസ്സും സഹാനുഭൂതിയും ഞാൻ ഉണ്ണ്യേട്ടന്റെ ചെറുപ്പം മുതലേ കണ്ടെത്തിയിരുന്നു.

എനിക്ക് അഞ്ച് വയസ്സ് തികയും മുൻപ് എന്റെ അച്ഛൻ മരിച്ചു.

വീട്ടിൽ എന്റെ പ്രായക്കാരായി ആരുമില്ല. വല്യേട്ടനും ഏട്ടത്തിയമ്മയും മകളും വേനലവധിക്ക് സ്കൂളടച്ച് വീട്ടിലെത്തുന്നു. വല്യേട്ടന്റെ മകൾക്ക് എന്റെ പ്രായമാണ്. ആ ദിവസങ്ങളിൽ മാത്രമാണ് എനിക്ക് കളിക്കാൻ ഒരു കൂട്ടുണ്ടായിരുന്നത്. വല്യേട്ടനും ഏട്ടത്തിയമ്മയും മകളും പോവുന്നതോടെ ഞാൻ വീണ്ടും ഒറ്റപ്പെടും.

ഉമ്മറക്കോലായിൽ എവിടെയെങ്കിലും ഒരിടത്ത് ഞാൻ ഏകനായി ഇരിക്കും. എന്റെ മനസ്സ് എന്തിനെന്നില്ലാതെ ദുഃഖിച്ചു. അമ്മയുണ്ടായിരുന്നെങ്കിൽ പോലും അനാഥനായ ഒരു കുട്ടിയാണ് ഞാൻ എന്നുപോലും എനിക്ക് പലപ്പോഴും തോന്നുകയും ചെയ്തു.

പാലക്കാട് വിക്ടോറിയ കോളേജിൽ നിന്ന് ഉണ്ണ്യേട്ടൻ ബി എസ് സി പാസായി.

അധികം വൈകാതെ ഉണ്ണ്യേട്ടന് ജോലി കിട്ടി. അദ്ധ്യാപകനായി.

ആദ്യത്തെ ശമ്പളം വാങ്ങി ഉണ്ണ്യേട്ടൻ നാട്ടിൽ വന്നു അമ്മയുടെ കൈയിൽ ഒരു പൊതി നീട്ടി. ഉണ്ണ്യേട്ടൻ പറഞ്ഞു:

"രവിക്ക് ഷർട്ടും ട്രൗസറും" അമ്മയുടെ കൈയിൽ നിന്ന് പൊതിവാങ്ങി ഞാൻ സന്തോഷത്തോടെ നടുമുറ്റത്തിന്റെ വെളിച്ചത്തിൽ പൊതി തുറന്നു. തൊട്ടുനോക്കുമ്പോൾ നല്ല മിനുസം. ആകാശത്തിന്റെ നീലനിറമുള്ള ഷർട്ടിന്റെ തുണി. മിനുമിനുത്ത ട്രൗസർ തുണി. എന്റെ മനസ്സ് സന്തോഷം കൊണ്ട് നിറഞ്ഞു. കുറവരുടെ കൈയിൽ നിന്ന് അമ്മ വാങ്ങിത്തന്നിരുന്ന ഒന്ന് തിരുമ്മിക്കഴിയുമ്പോഴേക്ക് ചായമിളകി നരച്ചു തുടങ്ങുന്ന ഷർട്ടും പരുക്കൻ വള്ളി ട്രൗസറും മാത്രമേ അതുവരെ എനിക്ക് ഉണ്ടായിരുന്നുള്ളു.

പിന്നെ, പലപ്പോഴും എനിക്ക് ഷർട്ടും ട്രൗസറും വാങ്ങിത്തന്നിരു

ന്നത് ഉണ്ണ്യേട്ടനാണ്. ഹൈസ്കൂൾ ക്ലാസിൽ എത്തിയതുമുതൽ എനിക്ക് മാസംതോറും കോഴിക്കോട്ടു നിന്ന് ഒരു മണിയോഡർ വരും(ഉണ്ണ്യേട്ടൻ *മാതൃഭൂമി*യിൽ സഹപത്രാധിപരായി ചേർന്നിരുന്നു)

പത്തുറുപ്പികയാണ് മണിയോർഡറായി ശിപായികൊണ്ടു വന്ന് തരാറുള്ളത്. ആറുറുപ്പിക ഫീസിനു വേണം. ബാക്കി നാലുറുപ്പിക ചായയ്ക്കാണ്.

കോഴിക്കോട്ടുനിന്ന് ഉണ്ണ്യേട്ടൻ അയച്ചു തരുന്നതാണ്.

ഫീസ് കൊടുക്കും. ഉച്ചയ്ക്ക് ചായ കഴിക്കില്ല. ബാക്കി നാല് ഉറുപ്പിക ഞാൻ അമ്മയ്ക്ക് നല്കും.

ഏഴാം ക്ലാസിൽ പഠിക്കുമ്പോഴാണ് എന്നു തോന്നുന്നു ഞാൻ ആദ്യമായി കോഴിക്കോട്ട് പോവുന്നത്; ഉണ്ണ്യേട്ടന്റെ ജോലിസ്ഥലം കാണാൻ. കൂടല്ലൂരിന് പുറത്ത് എവിടേക്കും എന്നെ അമ്മ ഒറ്റയ്ക്ക് അയയ്ക്കില്ല. അതുകൊണ്ട് കൂർത്ത വളപ്പിൽ കുട്ടേട്ടന്റെ കൂടെയാണ് എന്നെ കോഴിക്കോട്ടേക്ക് ഉണ്ണ്യേട്ടനെ കാണാൻ അയയ്ക്കുന്നത്. കുട്ടേട്ടൻ രണ്ടോ മൂന്നോ മാസം കൂടുമ്പോൾ കോഴിക്കോട്ട് പോയി വാസുവിനെ കാണും. വാസുവിനെ കണ്ടാൽ വഴിച്ചെലവിന് പുറമേ, കുട്ടേട്ടന് പത്തോ പതിനഞ്ചോ ഉറുപ്പിക കൂടി കിട്ടും. (കൂർത്തവളപ്പിൽ കുട്ടേട്ടൻ ഞങ്ങളുടെ ഒരകന്ന കുടുംബത്തിൽപ്പെട്ട കാരണവരാണ്. അമ്മയ്ക്ക് അസുഖമാവുമ്പോൾ ആലൂരെ പണിക്കാരെക്കൊണ്ട് രാശിവെപ്പിക്കാനും രാശി പ്രകാരം കണ്ട ദുർബാധയൊഴിപ്പിക്കാൻ 'കോട്ടേപ്പാടത്ത് എഴുത്തച്ഛനെന്ന മന്ത്രവാദിയെ' കൂട്ടിക്കൊണ്ടുവന്ന് തെക്കിനിയിൽ കളമെഴുതി മന്ത്രവാദം ചൊല്ലിക്കാനും ഈ കുട്ടേട്ടൻ വേണം. കുട്ടേട്ടൻ ഉച്ചയ്ക്കും വൈകുന്നേരവുമൊക്കെ ചായയ്ക്കും ഭക്ഷണത്തിനും ഉണ്ടാവും. അമ്മയ്ക്കും വല്യമ്മയ്ക്കുമൊക്കെ കുട്ടേട്ടനെ ഇഷ്ടമാണ്. ഉപകാരിയെന്നാണ് അവർ പറയുക.)

കോഴിക്കോട്ട് ഒരു വിഷുക്കാലത്ത് കുട്ടേട്ടന്റെ കൂടെ വീണ്ടും ഉണ്ണ്യേട്ടനെ കാണാൻ ചെല്ലുന്നു.

പുഴകടന്ന് രാവിലെ പള്ളിപ്പുറത്തെത്തി, തീവണ്ടിക്കാണ് കോഴിക്കോട്ടുപോവുക. വൈകുന്നേരത്തെ വണ്ടിക്ക് തിരിച്ചെത്തുകയും വേണം.

*മാതൃഭൂമി*യുടെ മുകളിലാണ് ഉണ്ണ്യേട്ടന്റെ ആഫീസ്.

പോരാൻ നേരം കുട്ടേട്ടൻ യാത്രപറഞ്ഞപ്പോൾ, ഉണ്ണ്യേട്ടൻ താഴേക്ക് വരുന്നുണ്ടെന്ന് പറഞ്ഞു.

ഉണ്ണ്യേട്ടന്റെ കൂടെ ഞങ്ങൾ നഗരവീഥികളിലൂടെ നടന്ന് ഒരു പടക്കക്കടയുടെ മുന്നിൽ എത്തുന്നു. ഉണ്ണ്യേട്ടൻ ഞങ്ങളെ കൂട്ടി പടക്കക്കടയിൽ കയറി. കുറെ പടക്കങ്ങൾ, പൂത്തിരികൾ, മത്താപ്പുകൾ, നീലച്ചക്രങ്ങൾ എന്നിവയൊക്കെ തെരഞ്ഞെടുത്തു വാങ്ങി കടക്കാരനെക്കൊണ്ട് പൊതിഞ്ഞു കെട്ടിച്ച് പൊതി കുട്ടേട്ടനെ ഏല്പിച്ചു. പിന്നെ എന്നെ നോക്കി പറഞ്ഞു:

"നിനക്കാണ്" സ്റ്റേഷനിലേക്കുള്ള വഴി കാണിച്ചുതന്ന് ഉണ്ണ്യേട്ടൻ

ഞങ്ങളെ വിട്ട് വന്നവഴിയേ തിരിച്ചു നടന്നു.

പിന്നീടൊരിക്കൽ കുട്ടേട്ടനോട് പറഞ്ഞത്രെ.

"അവന് ആരാ പടക്കം വാങ്ങിക്കൊടുക്കാനുള്ളത്?"

പണം ഒരപൂർവ്വ വസ്തുവായിരുന്നു. തന്റെ ചെറുപ്പകാലത്ത് അടുത്ത വീടുകളിൽ നിന്ന് വിഷുദിനത്തിൽ പടക്കം പൊട്ടുന്നത് കേട്ട് കൈയിൽ പടക്കം വാങ്ങാൻ കാശില്ലാതെ നിരാശനായി നിന്നത് ഉണ്ണ്യേട്ടൻ ഒരുപക്ഷേ, ഓർമ്മിച്ചിട്ടുണ്ടാവും.

*നാലുകെട്ടി*ന് അവാർഡ് കിട്ടി.

എഴുത്തിൽനിന്ന് ഉണ്ണ്യേട്ടന് നല്ല വരുമാനമൊക്കെയുണ്ടെന്നാണ് കേൾവി. അമ്മയ്ക്ക് ചുവന്ന കല്ലുവെച്ച ഒരു സ്വർണ്ണപ്പതക്കം വേണം. വാസുവിനോട് പറഞ്ഞാലേ പ്രയോജനമുള്ളുവെന്ന് അമ്മയ്ക്കറിയാം.

ചെറിയമ്മ വാസുവിനോട് തന്റെ ആഗ്രഹം പറയുന്നു.

ചുവന്നകല്ലുവെച്ച ഒരു സ്വർണ്ണപ്പതക്കം വാങ്ങിയാണ് ഉണ്ണ്യേട്ടൻ പിന്നീട് വീട്ടിൽ വന്നത്. ചെറിയമ്മയുടെ ഒരാഗ്രഹമല്ലേ? ഉണ്ണ്യേട്ടനെ ബുദ്ധിമുട്ടിച്ചതിൽ ഞങ്ങൾ അമ്മയെ കുറ്റപ്പെടുത്തി. അന്യനല്ലല്ലോ, അവൻ–

ഞങ്ങളെ കണ്ണുരുട്ടി കാണിച്ച് അമ്മ സ്വയം ന്യായീകരിച്ചു.

"എന്റെ ഏട്ടത്തിയുടെ മകനല്ലേ അവൻ."

രണ്ടെന്ന് ഞാൻ ഒരിക്കലും വിചാരിച്ചിട്ടില്ലല്ലോ എന്നോർത്ത് അമ്മ സ്വന്തം നഷ്ടങ്ങളുടെ കഥ പറയുന്നു.

"കൊച്ചുണ്ണിക്ക് മംഗലാപുരത്ത് കോളേജിൽ ചേരേണ്ട സമയം. സിലോണിൽ നിന്ന് ഗോവിന്ദൻകുട്ടിയുടെ അച്ഛന്റെ (വല്യച്ഛന്റെ) പണം വരാതെ ഏട്ടത്തി കണ്ണീർ കുടിക്കുന്നു."

എന്റെ കഴുത്തിൽ കിടന്നിരുന്ന മൂന്നുപവന്റെ മാല ഞാനങ്ങ് ഊരിക്കൊടുത്തു. പിന്നെ എന്റെ കണ്ണുകൊണ്ട് ആ മാല ഞാൻ കണ്ടിട്ടില്ല. പണയംവെച്ചുപോയോ, വിറ്റുകളഞ്ഞോ, ആർക്കറിയാം..!

പിന്നെ ഒരു ചോദ്യവും:

"ഇന്നത്തെ പെണ്ണുങ്ങള് ചെയ്യോ?"

"കർക്കിടക"ത്തിലും "ഒരു പിറന്നാളിന്റെ ഓർമ്മ"യിലും ഉണ്ണ്യേട്ടൻ സൃഷ്ടിച്ച കുടുംബാന്തരീക്ഷം തെക്കെപ്പാട്ടെ തറവാടിന്റെ മാത്രം ശാപമായിരുന്നില്ല. ദുരഭിമാനം വിടാൻ കൂട്ടാക്കാത്ത കേരളത്തിലെ മിക്ക നായർ തറവാടുകളിലും ദരിദ്രമായ അങ്ങനെയുള്ള ഒരവസ്ഥ നിലവിലുണ്ടായിരുന്നു. കാരണവന്മാരുടെ സ്വാർത്ഥതയും കെടുകാര്യസ്ഥതയും അനന്തരവന്മാരുടെ അലസതയും സൃഷ്ടിച്ച ദരിദ്രാവസ്ഥയിൽ കണ്ണീരു കുടിച്ചവരാണ് എന്റെ അമ്മയുടെയും വല്യമ്മയുടെയും സമകാലീനർ.

ഒരു കൂട്ടുകുടുംബത്തിൽ ഭരണഭാരം മുഴുവൻ ചുമലിലേറ്റേണ്ടി വന്ന സ്വന്തം ഏട്ടത്തിയുടെ കഷ്ടപ്പാടുകളെക്കുറിച്ച് അമ്മ ഞങ്ങൾക്ക് ഒട്ടേറെ കഥകൾ പറഞ്ഞു തന്നിട്ടുണ്ട്.(കുടുംബാംഗങ്ങൾക്കുവേണ്ടി ദുരിതമനുഭവിച്ച ഈ വല്യമ്മയ്ക്ക് മക്കളൊക്കെ നല്ല നിലയിലെത്തി

സുഖമനുഭവിക്കാൻ യോഗമുണ്ടായില്ല.)

വല്യച്ഛന്റെ കൂടെ മൂന്നുനാലുകൊല്ലം സിലോണിൽ പോയി താമസിച്ചെങ്കിലും കുടുംബത്തെയോർത്ത് വല്യമ്മ നാട്ടിലേക്ക് തന്നെ മടങ്ങി. (വീട്ടിലെ ദരിദ്രമായ ചുറ്റുപാടുകളിൽ ജീവിക്കുന്ന സ്വന്തം അമ്മയെയും കൂടപ്പിറപ്പുകളെയും കുറിച്ച് ഓർത്ത് വല്യമ്മ സിലോണിലെ സുഖവാസം ഉപേക്ഷിക്കുകയാണത്രെ ചെയ്തത്) തനിക്കും കുട്ടികൾക്കും വേണ്ടി സിലോണിൽ നിന്ന് ഭർത്താവ് അയയ്ക്കുന്ന പണം കൊണ്ട് വീട്ടിലെ എല്ലാവരുടെയും ചെലവ് കഴിക്കാമല്ലോ, എന്ന് വല്യമ്മ ഓർത്തിരിക്കണം. കൈതക്കാട് മുതൽ കൂമാൻതോടുവരെയുള്ള മണ്ണിന്റെ ഉടമകളായിരുന്ന വലിയൊരു തറവാട്ടിൽ പ്രതാപശാലിയായിരുന്ന ഒരു കാരണവരുടെ കീഴിൽ ഉറക്കെയൊന്ന് ശബ്ദിക്കാൻപോലും സ്വാതന്ത്ര്യമില്ലാതെ കഴിയേണ്ടിവന്ന അടക്കവും ഒതുക്കവുമുള്ള പെൺകുട്ടികളായിരുന്നല്ലോ വല്യമ്മയും എന്റെ അമ്മയും. അതായത് മാടത്ത് തെക്കേപ്പാട്ടെ നാരായണി അമ്മയുടെയും പുറത്താട്ടിൽ ഗോവിന്ദൻനായരുടെയും മക്കൾ. അവർക്ക് താഴെ രണ്ടാൺമക്കൾ അച്ചുമ്മാമയും (അച്യുതൻനായർ) കുട്ടമ്മാമയും (ശേഖരൻ നായർ)

ആറേഴ് താവഴികളിലായി അനേകം കുടുംബാംഗങ്ങൾ അസംതൃപ്തരായി ജീവിക്കേണ്ടി വന്ന ഒരു കാലഘട്ടത്തിലാണ് തറവാട്ടിൽ അന്തഃച്ഛിദ്രങ്ങൾ വളർന്നത്; എന്റെ അമ്മയുടെ ഓർമ്മയിലെ ആദ്യത്തെ ഭാഗം നടന്നത് അതായത് ഞങ്ങളുടെ അച്ചുമ്മാമയുടെ മുൻതലമുറയിലെ പ്രതാപശാലിയായ സാക്ഷാൽ അച്ചുമ്മാന്റെ കാലത്ത്.

രണ്ടുപെൺകുട്ടികളുടെ കൈയും പിടിച്ച് മുത്തശ്ശി തറവാട്ടു പടിയിറങ്ങിയപ്പോൾ അമ്മയും മക്കളും ഒരുപോലെ പൊട്ടിക്കരഞ്ഞത്രെ. മുത്തച്ഛനാണെങ്കിൽ സാമ്പത്തികശേഷിയില്ല. ആൺകുട്ടികളാണെങ്കിൽ ഒന്നിനുമായില്ല.

ചെട്ടിപ്പുര എന്നുവിളിക്കുന്ന ഒരു വീട്ടിലാണ് ഞങ്ങളുടെ താവഴി എത്തുന്നത്. ഇംഗ്ലീഷ് പഠിപ്പിക്കാൻ കൂടല്ലൂർ മുതലാളിമാർ വന്നേരിയിൽ നിന്ന് കൂട്ടിക്കൊണ്ടുവന്ന നാരായൺ നായര് മാഷ് മൂത്തമകൾക്ക് വിവാഹാലോചനയുമായി വന്നപ്പോൾ എന്റെ മുത്തശ്ശിക്ക് രണ്ടുതവണ ആലോചിക്കേണ്ടിവന്നില്ല.

ഒരുത്തിയുടെ ഭാരം കഴിഞ്ഞല്ലോ.

മക്കളിൽ കൂടുതൽ സുന്ദരിയായ വെളുത്തുതുടുത്ത നല്ല മുഖശ്രീയുള്ള അമ്മാളുക്കുട്ടിയെ അങ്ങനെയാണ് പുന്നയൂർക്കുളത്തുനിന്നെത്തിയ മാഷ് കല്യാണം കഴിക്കുന്നത്.

വല്യച്ഛന് മാസം കിട്ടുന്നത് അഞ്ചുറുപ്പിക. ഇതുകൊണ്ട് ഇരുതല മുട്ടില്ല. മാഷ് ഉദ്യോഗം വേണ്ടെന്ന് വെച്ച് വല്യച്ഛൻ 'പാലപ്പിള്ളി' എസ്റ്റേറ്റിൽ പോയി താമസിച്ചിട്ടുണ്ട്. ഉണ്ണ്യേട്ടൻ പിറന്ന് വീണത് ഞങ്ങളുടെ തറവാട്ടു വീട്ടിലല്ല.

വാസു ജനിച്ചതിൽ പിന്നെയാണ് വീട്ടിൽ അഭിവൃദ്ധിയുടെ നാളു

കൾ തുടങ്ങിയതാണെന്നാണ് അമ്മ പറയുന്നത്. അതിനുശേഷമാണ് മറ്റൊരുതാവഴിയിൽ നിന്ന തറവാട് വീണ്ടും വീണ്ടെടുക്കുന്നത്. ഉണ്ണ്യേട്ടന്റെ ജാതകം ഭാഗ്യജാതകമാണെന്നാണ് അമ്മയുടെ വിശ്വാസം. ജാതകം നോക്കി ഭാവി പ്രവചിച്ച ജ്യോത്സ്യന് തെറ്റുപറ്റിയിട്ടില്ല. ഈ പേരും പ്രശസ്തിയുമൊക്കെ ആ ജാതകഫലം തന്നെ. വല്യച്ഛൻ സിലോണിൽ പോവുന്നതും അവശേഷിച്ച കുടുംബസ്വത്തുക്കൾ അന്യാധീനത്തിലാവാതെ കാത്തുസൂക്ഷിക്കാൻ കഴിഞ്ഞതുമൊക്കെ ഉണ്ണ്യേട്ടൻ ജനിച്ചതിനു ശേഷമാണത്രേ.

എം ടി എന്ന കഥാകൃത്തിനെ എല്ലാവർക്കും അറിയാമെങ്കിലും ‘എം ടി’ യിലെ ആ വലിയ മനുഷ്യനെ കാണാൻ അപൂർവ്വം ചിലർക്കേ കഴിഞ്ഞിട്ടുണ്ടാവൂ.

ആകെ നിന്ന് നോക്കിക്കാണുന്നവർക്കും ആദ്യമായി ഒന്ന് പരിചയപ്പെടാൻ എത്തുന്നവർക്കും ഈ മനുഷ്യൻ ‘ഒരപ്രാപ്യ’ നായി തോന്നിയേക്കാം. അധികമൊന്നും സംസാരിക്കാതെ, ഒരു മന്ദഹാസം മാത്രം നല്കി, തൽക്ഷണം തന്നെ ഗൗരവം എടുത്തണിയുന്ന ഈ മനുഷ്യനെക്കുറിച്ച് ‘അഹങ്കാരിയായ ഒരെഴുത്തുകാരൻ’ എന്ന് ആർക്കെങ്കിലും തോന്നിയിട്ടുണ്ടെങ്കിൽ അതിന് അവരെ കുറ്റപ്പെടുത്തിയിട്ട് കാര്യമില്ല.

അടുത്ത ഏതാനും സുഹൃത്തുക്കൾക്കേ അറിയൂ.

അടുത്തിടപെടാൻ കഴിഞ്ഞ, ചില കുടുംബാംഗങ്ങൾക്കേ അറിയൂ.

തെളിനീരുപോലെ, ആർദ്രമാവുന്ന മനസ്സ്.

കുടുംബാംഗങ്ങളുടെയും അടുത്ത ബന്ധുക്കളുടെയും സുഹൃത്തുക്കളുടെയും ദുഃഖത്തിലും ദുരന്തങ്ങളിലും പതനത്തിലുമൊക്കെ അസ്വസ്ഥനും ആർദ്രചിത്തനുമാവുന്ന ഉണ്ണ്യേട്ടനെ ഞാൻ പലപ്പോഴും കണ്ടിട്ടുണ്ട്.

ഓപ്പോളുടെ ഭർത്താവ് മരിച്ചത് കോഴിക്കോട്ടെ മെഡിക്കൽ കോളേജാശുപത്രിയിൽ വെച്ചായിരുന്നു.

ഏറെക്കാലമായി അളിയന് അസുഖങ്ങൾ തന്നെ.

‘കിഡ്നി’യിൽ കല്ലുണ്ടെന്നാണ് മൂപ്പരുടെ വിശ്വാസം. കാണാത്ത ഡോക്ടർമാരില്ല. പോവാത്ത ആശുപത്രികളില്ല.

മദിരാശിയിലും കോയമ്പത്തൂരും വെല്ലൂരും പാലക്കാട്ടും കോഴിക്കോട്ടുമൊക്കെ പലതവണ പോയി, പല ഡോക്ടർമാരെക്കൊണ്ടും പരിശോധിപ്പിച്ച് മരുന്നുകൾ കഴിച്ച് നോക്കിയതാണ്. മുമ്പ് പലപ്പോഴുമായി എടുത്ത വൃക്കകളുടെ എക്സ്റെ ഫിലിമുകളും കുറുപ്പടികളുമായാണ് അളിയൻ ഡോക്ടർമാരെ സമീപിക്കുക.

കുറെക്കാലം കഴിഞ്ഞപ്പോൾ ഞങ്ങൾക്ക് തോന്നി:

സുഖക്കേട് ഉണ്ടെന്നുള്ളത് വെറും തോന്നലാണ്.

കോഴിക്കോട്ടെ ഒരു സൈക്യാട്രിസ്റ്റിനെ കാണിക്കാൻ ഉണ്ണ്യേട്ടൻ തന്നെ മുൻകൈ എടുത്തു. ‘ഷോക്ക്ട്രീറ്റു’മെന്റിന്റെ പീഡനം അനുഭവിച്ചതുമാത്രം ബാക്കി. വീണ്ടും അസുഖങ്ങൾ തന്നെ. ഒരവസാന ശ്രമമെന്ന

നിലയ്ക്ക് കോഴിക്കോട്ടെ ഡോക്ടർ റോയ് ചാലിയെ കാണിക്കാമെന്ന് പറഞ്ഞത് ഉണ്ണ്യേട്ടനാണ്. വളരെ വൈകിപ്പോയി.

മാരകമായ വിധം കുടലിന് ക്യാൻസർ ബാധിച്ചിരിക്കുന്നു

ഉണ്ണ്യേട്ടന്റെ വീട്ടിൽ താമസിച്ചാണ് ആദ്യത്തെ പരിശോധനകളെല്ലാം നടത്തിയിരുന്നത്. പിന്നെ ഡോക്ടറുടെ നിർദ്ദേശപ്രകാരം മെഡിക്കൽ കോളേജാശുപത്രിയിൽ പേവാർഡിൽ അഡ്മിറ്റു ചെയ്തു. സഹായത്തിന് നാട്ടിൽ നിന്ന് ഒരാളെ ഏർപ്പാടുചെയ്തു. ജോലിയുള്ളതുകൊണ്ട് എനിക്കവിടെ എന്നും നില്ക്കാൻ വയ്യല്ലോ.

ഉണ്ണ്യേട്ടൻ മദിരാശിയിൽ പോയിരിക്കുന്നു.

സരസ്വതി ഏട്ടത്തിയമ്മ ഫോൺ ചെയ്യുന്നു.

"വിലാസിനി ഏട്ടത്തിയെയും കൂട്ടി ഉടനെ എത്തണം."

ഉടനെ യാത്ര പുറപ്പെട്ടു. തിടുക്കപ്പെട്ട് ആശുപത്രിയിലെത്തി.

ആശുപത്രിക്കിടക്കയിൽ കണ്ണുകൾ തുറന്ന് പിടിച്ച, ചലനമറ്റുകിക്കുന്ന, അളിയൻ. മൃതശരീരത്തിൽ വീണ് എന്റെ പെങ്ങൾ അലമുറെ കരഞ്ഞു. തണുത്ത മുഖത്ത് നിറയെ ചുംബനങ്ങളർപ്പിച്ചു.

സതീശനും ഉണ്ണ്യേട്ടന്റെ അളിയന്മാരുമുണ്ട്. മൃതശരീരം ഏറ്റുവാങ്ങി ഞങ്ങൾ ആംബുലൻസിൽ കോഴിക്കോട്ടു നിന്നു മടങ്ങി.

മദിരാശിയിൽ നിന്ന് വന്ന ഉണ്ണ്യേട്ടൻ പിറ്റേന്നു തന്നെ കൂടല്ലൂരിൽ എത്തി. അപ്പോഴേക്ക് എല്ലാം കഴിഞ്ഞിരുന്നു. ഉണ്ണ്യേട്ടനെക്കണ്ട് ഓപ്പോൾ പൊട്ടിക്കരയുന്നു. സമാധാനിപ്പിക്കാൻ വാക്കുകളില്ലാതെ കരുവാളിച്ച മുഖവുമായി ഉണ്ണ്യേട്ടൻ നിസ്സഹായനായി നില്ക്കുന്നു. ഒന്നിനും പോരാത്ത നാല് കുട്ടികൾ.

അവർ ഒന്നിനുമായിട്ടില്ല. മൂത്തവൾ ഒമ്പതിൽ. അതിനുതാഴെയുള്ളവൾ എട്ടിൽ. മൂന്നാമത്തേത് ആൺകുട്ടി. അതിന് താഴെ വീണ്ടും ഒരു പെൺകുട്ടി. ജീവിതകാലം മുഴുവൻ, ആശുപത്രികളിൽ കഴിഞ്ഞ അവരുടെ അച്ഛന്റെ സമ്പാദ്യമായി കുറച്ച് തുക ബാങ്കിലുണ്ട്. അതിന്റെ പലിശ കൊണ്ടുവേണം വീട്ടുചെലവും കുട്ടികളുടെ വിദ്യാഭ്യാസവും കഴിയാൻ.

പോവുമ്പോൾ അങ്ങാടിയിൽ കാറു നിർത്തി ഉണ്ണ്യേട്ടൻ എന്നെ വിളിച്ചു പറഞ്ഞു:

"നിനക്ക് സാമ്പത്തികമായി ഏറെയൊന്നും ചെയ്യാൻ കഴിയില്ലെന്നറിയാം. വിലാസിനിക്കും കുട്ടികൾക്കും കഴിയുന്ന സാഹായങ്ങൾ ഞാൻ ചെയ്യും. നീ കാര്യങ്ങളൊക്കെ ഒന്നന്വേഷിച്ചാൽ മതി. ചില നിസ്സാരകാര്യങ്ങളിൽ ഞാനും പെങ്ങളും തമ്മിൽ ചില അഭിപ്രായവ്യത്യാസങ്ങളുള്ള കാര്യം ഉണ്ണ്യേട്ടനറിയാം. പക്ഷേ, അകലെ നിന്ന് അവരുടെ കാര്യങ്ങളിൽ എപ്പോഴും ഞാൻ ശ്രദ്ധ ചെലുത്താറുണ്ട്. അതും ഉണ്ണ്യേട്ടനറിയാം.

ഞാൻ വിചാരിച്ചു.

'ഉണ്ണ്യേട്ടനാര്? ഞാനാര്?'

'എന്നേക്കാൾ കൂടുതൽ അസ്വസ്ഥനാവുന്നത് ഈ 'വലിയ

മനുഷ്യ'നാണല്ലോ. എനിക്ക് സ്വന്തം പെങ്ങൾ; ഉണ്ണ്യേട്ടന് ചെറിയമ്മയുടെ മകൾ. പക്ഷേ, ഉണ്ണ്യേട്ടന് ഓപ്പോൾ എന്നും തന്റെ കുഞ്ഞുപെങ്ങൾ തന്നെയാണല്ലോ.'

പിന്നെ ഒരിക്കൽ ഉണ്ണ്യേട്ടൻ എന്നെ വിളിച്ചു പറഞ്ഞു: "കറന്റ് ബുക്സിലെ കിളിരൂർ രാധാകൃഷ്ണനെ വിളിച്ച് പ്രത്യേകം ഏർപ്പാട് ചെയ്തിട്ടുണ്ട്- വിലാസിനിക്ക് ഓരോ മാസവും സമയത്തിനു മുൻപ് തന്നെ പണമയയ്ക്കണമെന്ന്. എപ്പോഴെങ്കിലും വൈകിയാൽ നീ കിളിരൂരിന് ഓർമ്മപ്പെടുത്തി എഴുതണം."

ആരോടും ഒന്നും ആവശ്യപ്പെടുന്ന സ്വഭാവം ഓപ്പോൾക്കില്ല.

സ്വന്തം വരുമാനങ്ങൾ മുൻകൂട്ടി കണക്കാക്കി ഉള്ളതിനനുസരിച്ച് ചെലവഴിച്ച് ജീവിക്കാമെന്ന് ഓപ്പോൾ തീരുമാനമെടുത്തു. കുറച്ച് കൃഷിയും ഏട്ടന്റെ സമ്പാദ്യത്തിൽ അവശേഷിച്ച തുക ബാങ്കിലിട്ടതിന്റെ പലിശയും മാത്രമാണ് വരുമാനം. ഭർത്താവ് എസ്റ്റേറ്റിൽ ഉദ്യോഗസ്ഥനായിരിക്കെ, സമൃദ്ധിയുടെ സുഖമറിഞ്ഞ് ജീവിച്ചവരാണ് ഓപ്പോളും കുട്ടികളും.

വിലാസിനി ഒന്നും ആവശ്യപ്പെട്ടില്ലെങ്കിൽപോലും വിലാസിനിക്കും കുട്ടികൾക്കും സംഭവിച്ച കനത്ത നഷ്ടത്തെക്കുറിച്ച് ഉണ്ണ്യേട്ടൻ ദുഃഖിതനായി. അതുകൊണ്ടാണ് കുട്ടികളുടെ വിദ്യാഭ്യാസം മുടങ്ങാതിരിക്കാൻ ഉണ്ണ്യേട്ടൻ എന്നെ ഏർപ്പാട് ചെയ്തത്.

പുസ്തകങ്ങളുടെ റോയൽറ്റിയിനത്തിലും തിരക്കഥകൾ എഴുതിയും നല്ല വരുമാനമുണ്ടായിട്ടുപോലും പണത്തിന് തിടുക്കമനുഭവപ്പെട്ട ഏറെ അവസരങ്ങൾ ഉണ്ണ്യേട്ടന് ഉണ്ടായിട്ടുണ്ട്. *മാതൃഭൂമി*യിലെ ജോലിയും രാജിവെച്ചിരുന്നല്ലോ? എങ്കിൽപോലും ഒരു മാസംപോലും ഓപ്പോളുടെ പേരിൽ 'കറന്റ് ബുക്സ്' എം ടി യുടെ കണക്കിൽ അയച്ചുകൊടുത്തുവന്നിരുന്ന മണിയോർഡറിൽ കുറവ് വരുത്തിയിരുന്നില്ല. എം ടി യുടെ റോയൽറ്റി കണക്കിൽ ചെറിയമ്മയുടെ മകൾ വിലാസിനിക്ക് കറന്റ്ബുക്സ് മുടക്കം വരുത്താതെ മുന്നൂറോ അഞ്ഞൂറോ രൂപ വീതം അയച്ചുകൊണ്ടിരുന്നു.

കൂടല്ലൂരിൽ വന്നുപോവുമ്പോഴും ആണ്ടറുതികളുടെ അധികച്ചെലവിനു വിലാസിനിയെ ആളയച്ചു വരുത്തി കൈയിലുള്ളതിന്റെ ഒരു പങ്ക് ഉണ്ണ്യേട്ടൻ ഓപ്പോളിന് നല്കും.

ഓപ്പോളുടെ മൂന്നുകുട്ടികളും കോളജ് വിദ്യാഭ്യാസം പൂർത്തിയാക്കി ബിരുദമെടുത്തിരിക്കുന്നു.

ഒരാൾക്കെങ്കിലും ജോലിയായി കിട്ടിയാൽ വിലാസിനിയുടെ കഷ്ടപ്പാടുകൾ ഒരു പരിധിവരെ അറുതിയായല്ലോ എന്ന് ഉണ്ണ്യേട്ടൻ വിചാരിക്കുന്നു.

മൂത്തവൾ രതി ബി എസ് സി പാസായപ്പോൾ തിരുവനന്തപുരത്ത് അയച്ച് കമ്പ്യൂട്ടർ പഠിപ്പിച്ച് ഏതോ സുഹൃത്തുക്കൾ വഴി കമ്പ്യൂട്ടർ ഇൻസ്ട്രക്ടർ ആയി അവൾക്ക് ചെറിയൊരു ജോലി സമ്പാദിച്ചു കൊടുത്തത്

ഉണ്ണ്യേട്ടനാണ്.

രണ്ടാമത്തവളും ബി എസ് സി പാസായി. അവൾക്കും ജോലിക്കു വേണ്ടി ഉണ്ണ്യേട്ടൻ അന്വേഷണങ്ങൾ നടത്തി. പക്ഷേ, ആരുടെ പക്കലും ശുപാർശ നടത്താൻ ഉണ്ണ്യേട്ടൻ ഒരിക്കലും തയ്യാറായില്ല.

രോഗം മൂലം പ്രിമച്ചർ റിട്ടയർമെന്റ് വാങ്ങിപ്പോന്ന ആളാണ് ഓപ്പോളുടെ ഭർത്താവ്. രാജീവ് ബി എ പാസായപ്പോൾ ഈ കാരണങ്ങളൊക്കെ കാണിച്ച് പി കെ ഗ്രൂപ്പ് ജനറൽ മാനേജർക്ക് അപേക്ഷ അയയ്ക്കാൻ ഉപദേശിച്ചത് ഉണ്ണ്യേട്ടനാണ്. പിയേഴ്സ്ലസ്ലിയിൽ ജോലിയുണ്ടായിരുന്ന ഞങ്ങളുടെ കുടുംബത്തിലെ ഒരു കാരണവരുണ്ട്. മറ്റൊരു 'ബാലേട്ടൻ.' ഉണ്ണ്യേട്ടൻ ബാലേട്ടനോട് രാജീവിന്റെ കാര്യം സൂചിപ്പിച്ചിരുന്നു. അങ്ങനെയാണ് അവന് അച്ഛന്റെ എസ്റ്റേറ്റിൽ തന്നെ ജോലി ലഭിക്കുന്നത്. രണ്ടാമത്തെ മകൾ രമയ്ക്ക് വിവാഹാലോചന വന്നപ്പോൾ ഓപ്പോൾക്ക് വിഷമം മൂത്തവൾ നില്ക്കെ എങ്ങനെ ഇളയവളെ കല്യാണം കഴിച്ചയയ്ക്കും?

അതുകൊണ്ട് വിവാഹാലോചന ആദ്യം നിരസിച്ചു. ഒരു വർഷം കഴിഞ്ഞിട്ടും മൂത്തവളുടെ കല്യാണമായില്ല. ആദ്യം ആലോചിച്ച് വന്നവർ തന്നെ വീണ്ടും വന്നെത്തി. മൂന്ന് പെൺകുട്ടികളും മുതിർന്നു കഴിഞ്ഞല്ലോ. ഇനി മൂത്തവൾക്ക് വേണ്ടി രണ്ടാമത്തെ കുട്ടിയെ ഇരുത്തേണ്ട കാര്യമില്ല.

ഉണ്ണ്യേട്ടന് എഴുതി.

രോഗബാധിതനായി ഉണ്ണ്യേട്ടൻ കോഴിക്കോട്ട് പി വി എസ് ആശുപത്രിയിൽ കിടക്കുന്നു. രമയുടെ കല്യാണത്തിന് വരണമെന്ന് ഉണ്ണ്യേട്ടന് ആഗ്രഹമുണ്ട്. ഉണ്ണ്യേട്ടനെ അറിയുന്ന ഞാൻ പറഞ്ഞു:

“ഇതിനൊന്നും ബുദ്ധിമുട്ട് വരില്ല. ഇനി ഒന്നു വരുമ്പോഴെ ആലോചിക്കേണ്ടതുള്ളു. ബാങ്കിൽ കിടക്കുന്ന കാശ് എടുക്കാമെന്നാണ് ഓപ്പോൾ പറയുന്നത്.”

രാജീവിനെ വിളിച്ചു വരുത്തി വിവാഹച്ചെലവിന് ഒട്ടും മോശമില്ലാത്ത തുക ഉണ്ണ്യേട്ടൻ കൊടുത്തയയ്ക്കുന്നു. കല്യാണത്തിന് പങ്കെടുക്കാൻ കഴിയാത്തതിനുള്ള ഖേദം ഓപ്പോളെ അറിയിക്കുന്നു.

മൂന്ന് മാസം കഴിയുന്നതിനു മുൻപ് മൂത്തവൾ രതിക്ക് വിവാഹാലോചന വരുന്നു. പൈസയ്ക്ക് ബുദ്ധിമുട്ടുണ്ട്. ഒരു തുണ്ട് ഭൂമി വില്ക്കാമെന്നായി. രതിയുടെ കല്യാണക്കാര്യം അറിഞ്ഞ് ഉണ്ണ്യേട്ടൻ എഴുതുന്നു.

ഇളയവളുടെ വിവാഹം നടന്നപ്പോൾ മൂത്തവൾക്ക് ആധിയുണ്ടായിക്കണും. രതിയുടെ കല്യാണക്കാര്യം അറിഞ്ഞതിൽ സന്തോഷം തോന്നി.

പണത്തിന് ബുദ്ധിമുട്ടുണ്ട് എന്നാലും രമയ്ക്ക് ചെയ്തതൊക്കെ ഞാൻ രതിയുടെ കാര്യങ്ങൾക്കും ചെയ്യും. കല്യാണത്തിന് രണ്ടു ദിവസം മുമ്പ് അറിയിക്കുന്നു. ഞാൻ എങ്ങനെയും ഡൽഹിയിൽ നിന്ന് ഗുരുവായൂരിലെത്തും.

ഡൽഹിയിൽനിന്നും പറന്ന് എങ്ങനെയോ കോഴിക്കോട്ടെത്തുന്നു.

കോഴിക്കോട്ട് നിന്ന് കല്യാണത്തലേന്ന് കൂടല്ലൂരിലെത്തുന്നു.

വിചാരിച്ചതിൽ കൂടുതൽ ആളുകൾ കല്യാണത്തിനെത്തി.

ഏർപ്പാട് ചെയ്തതിനേക്കാൾ കൂടുതൽ ആളുകൾക്ക് ഹോട്ടലുകാർ ഭക്ഷണം വിളമ്പി.

ആരോ പറയുന്നു.

എം ടി ഊണ് കഴിച്ചിട്ടില്ല.

സാരമില്ല ഉണ്ണ്യേട്ടനല്ലേ. മറ്റാരെങ്കിലും ഊണു കഴിക്കാതിരിക്കുന്നോ എന്നായിരുന്നു ഉണ്ണ്യേട്ടന്റെ അന്വേഷണം.

കൂടല്ലൂരിലെത്തുമ്പോൾ ഉണ്ണ്യേട്ടൻ കുടുംബാംഗങ്ങളിൽ എല്ലാവരുടെയും കാര്യങ്ങൾ ചോദിച്ചറിയുന്നു. ആരെങ്കിലും കഷ്ടപ്പെടുന്നു എന്ന് തോന്നുമ്പോൾ അസ്വസ്ഥനാകുന്നു. ആരും അറിയാതെ അവർക്ക് സഹായം നല്കുന്നു. ഞങ്ങളിൽ മറ്റാർക്കുമില്ലാത്ത 'ഒരു വലിയമനസ്സ്'

ആ 'വലിയ മനസ്സ്' കണ്ടെത്താൻ കഴിഞ്ഞ എത്രയോ അവസരങ്ങൾ.

ഞങ്ങൾക്ക് ഈ മനുഷ്യൻ ദൈവതുല്യനാണ്.

ചിലപ്പോൾ ഒരു വ്യാമോഹമായിരിക്കാം.

ഒരേയൊരു പ്രാർത്ഥനയേയുള്ളൂ: ഈ തണലിലിരുന്ന് ഞങ്ങൾക്ക് കണ്ണടയ്ക്കണം. അമരന്മാരുടെ നാടായ ഞങ്ങളുടെ ഗ്രാമത്തിൽ ഞങ്ങൾക്ക് എന്നും ഈ തണൽമരം ഉണ്ടാവണം.

3

ഒരു ദേശത്തിന്റെ അമ്മ വികാരം

ഞങ്ങൾക്ക് മാടത്ത് തെക്കേപ്പാട്ട് വീട്ടുകാർക്ക് മാത്രമല്ല, ഒരു ദേശത്തിന്റെ മുഴുവൻ ആളുകളുടെയും മനസ്സിൽ കൊടിക്കുന്നത്തു ഭഗവതി നൂറ്റാണ്ടുകളായി ഒരമ്മ വികാരമായി നിലനിന്നു പോരുന്നത് എങ്ങനെയെന്ന് ഞാൻ പലപ്പോഴും ചിന്തിക്കാറുണ്ട്.

പരുതൂരിനെയും കൂടല്ലൂരിനെയും വേർതിരിക്കുന്നത് രണ്ടു ദേശങ്ങളുടേയും അതിര് നിശ്ചയിക്കുന്ന ഈ ഭാരതപ്പുഴയാണ്. കൊടിക്കുന്നത്ത് ക്ഷേത്രം പുഴയ്ക്ക് അക്കരെ പരുതൂരിലാണ്. പക്ഷേ, കൊടിക്കുന്നത്ത് അമ്മയുടെ തട്ടകം പരുതൂരിന് പുറത്തേക്ക് പുഴക്കിക്കരെ കൂടല്ലൂർ, പന്നിയൂർ, മണ്ണിയം, പെരുമ്പലം, ദേശങ്ങൾ കടന്ന് ഉമ്മത്തൂരോളം നീണ്ടു കിടക്കുന്നു. കൂടല്ലൂരിലും ഉമ്മത്തൂരിലും നാലും അഞ്ചും വർഷങ്ങളുടെ ഇടവേളകൾ വിട്ട് കൊടിക്കുന്നത്തമ്മയുടെ പ്രീതിക്കായി ഗുരുതി നടത്തുന്നു. തട്ടകത്തിൽപ്പെട്ട പുഴക്കിക്കരെയുള്ള എല്ലാ ദേശങ്ങളിൽ നിന്നും ഹിന്ദു സമുദായത്തിലെ എല്ലാ ജാതിയിലുംപെട്ടവർ കൂടല്ലൂരിലെ കൂട്ടക്കടവ് കടന്ന് കൊടിക്കുന്നത്തമ്മയെ തൊഴാൻ പോവാറുണ്ട്. കൊടിക്കുന്നത്തമ്മയ്ക്കുള്ള പ്രധാന വഴിപാടുകളിലൊന്നായ ഗുരുതിക്കുടം ക്ഷേത്ര ദർശനത്തിന് പോവുമ്പോൾ അവർ കൂടെ കരുതാറുണ്ട്. പരതൂർ പാടത്തെ മകരക്കൊയ്ത്തിനു ശേഷമുള്ള കതിരറ്റ വേലയ്ക്കും അമ്മയുടെ പിറന്നാളായി കണക്കാക്കുന്ന പൂരം പഠഹാരത്തിനും മകര ചൊവ്വ നാളിലും കൊടിക്കുന്നത്തേക്ക് ഈ ദേശങ്ങളിൽ നിന്ന് ഭക്തർ വഴിപാടുമായി പോവാറുണ്ട്.

കുംഭമാസത്തിലെ ചുട്ടുപൊള്ളുന്ന ഭാരതപ്പുഴയിലെ മണൽപ്പരപ്പുകൾ താണ്ടിയും ഇടവപ്പാതിയിലും തുലാവർഷത്തിലും ഇരുതലമുട്ടിയൊഴുകുന്ന പുഴയുടെ കുത്തൊഴുക്കിൽ തോണി കയറിയും അവർ കൊടിക്കുന്നത്തമ്മയുടെ മുന്നിലെത്തി പ്രാർത്ഥിച്ച് മടങ്ങും. നിത്യ

ജീവിതത്തിലെ എല്ലാ പ്രതിസന്ധികളേയും മറികടക്കാനും ദുരിതങ്ങളുടെയും ദുഃഖങ്ങളുടെയും ഭാരം അമ്മയുടെ മുമ്പിൽ കെട്ടഴിച്ച് വെച്ച് ആശ്വാസം കൊള്ളാനും അവർക്ക് കൊടിക്കുന്നത്തമ്മയെ കണ്ടു പ്രാർത്ഥിച്ചേ പറ്റൂ. അമ്മയുടെ കൈകൾ അവർക്കു ചുറ്റും ഒരു സുരക്ഷാവലയം തീർക്കുമെന്നാണ് അവരുടെ വിശ്വാസം.

മകരചൊവ്വ നാളിൽ കുരുത്തോലകൾ തൂക്കിയ ഓലക്കുടകൾ ഉയർത്തിയും താഴ്ത്തിയും ആർപ്പുവിളിച്ച് കൊട്ടും പാട്ടുമായ് അമ്മയുടെ മക്കൾ കൊടിക്കുന്നത്തമ്മയെ കാണാൻ പോവുന്നു. ദളിത വിഭാഗത്തിൽപ്പെട്ട ആളുകളാണ് ഈ ആഘോഷത്തിൽ ആവേശത്തോടെ പങ്കെടുക്കുന്ന ഭൂരിഭാഗവും.

ആ.... നടേയ്....നടേയ്

പുഴകടന്ന് പോകുന്നവരുടെ ആർപ്പുവിളികൾക്ക് ഒരു താളമുണ്ട്.

കൂടല്ലൂരിൽ കൊടിക്കുന്നത്തമ്മയുടെ പ്രീതിക്കായി ഗുരുതി കഴിക്കാറുള്ളത് മാടത്ത് തെക്കെപ്പാട്ട് തറവാടിന്റെ മുൻവശത്തുള്ള പാടവും കഴിഞ്ഞു ടിപ്പു സുൽത്താൻ റോഡിന്റെ ഓരത്തുള്ള ഗുരുതിപ്പറമ്പിലാണ് (എം ടി യുടെ പ്രശസ്തമായ സ്ഥലപുരാണം ഇവിടം അടയാളപ്പെടുത്തിയിരിക്കുന്നു.) ഗുരുതിപ്പറമ്പിലെ പലയിടത്തും പുഴനക്കിയെടുത്തപ്പോൾ ഗുരുതി നടത്താനുള്ള സ്ഥലം കുറഞ്ഞു. അധികം ദൂരത്തല്ലാതെയുള്ള വാഴക്കാവ് ക്ഷേത്രത്തിന്റെ മുന്നിൽ പള്ളി മഞ്ഞായലിൽ പരേതനായ കുഞ്ഞുണ്ണി സാഹിബിന് സ്ഥലമുണ്ട്. നാമമാത്രമായ പ്രതിഫലം നല്കി നാട്ടുകാർ ഗുരുതി കഴിക്കാനുള്ള ഒരു സ്ഥലം കുഞ്ഞുണ്ണി സാഹിബിൽ നിന്ന് ഏറ്റുവാങ്ങി. പഴയ ഗുരുതിപ്പറമ്പിൽ നാട്ടുകാർ ഒരു കൽവിളക്കു സ്ഥാപിച്ച് അവിടെ സന്ധ്യയ്ക്ക് തിരി കൊളുത്തി അമ്മയെ ധ്യാനിക്കും. ഗുരുതിക്കുള്ള താലപ്പൊലി കൊളുത്തുന്നത് ഇപ്പോഴും പഴയ ഗുരുതിപ്പറമ്പിൽ നിന്നാണ്. അവിടെ നിന്ന് ആനയും പഞ്ചവാദ്യവുമായി പുതുതായി വാങ്ങിയ ഗുരുതിപ്പറമ്പിലേക്ക് എഴുന്നള്ളിപ്പ് നടത്തും. കാലം മാറി. ഇന്നാണെങ്കിൽ അന്യ മതസ്ഥരുടെ കൈവശമുള്ള ഭൂമി ഹിന്ദു മതാചാരങ്ങൾക്ക് ആരെങ്കിലും വിട്ടു കൊടുക്കണമെന്നില്ല. കുഞ്ഞുട്ടി സാഹിബിനെപ്പോലെ ഉയർന്നു ചിന്തിക്കുന്നവർ സമൂഹത്തിൽ ഇപ്പോൾ വിരലിലെണ്ണാൻപോലും ഉണ്ടാവണമെന്നില്ല.

ഞങ്ങൾ മാടത്ത് തെക്കേപ്പാട്ടു തറവാടിന്റെ സന്തതികളായി എത്രയോ പേർ എത്രയോ തായ്‌വഴികളായി കൂടല്ലൂരിലും പരിസരദേശങ്ങളിലും അന്യദേശങ്ങളിലുമായി കഴിയുന്നു. ഏതുതാവഴിയെന്നോ എന്താണ് കുടുംബബന്ധമെന്നോ അറിയാതെ....

മാടത്തെ തെക്കേപ്പാട്ടെ മച്ചിൽ ഭഗവതിയുടെ സാന്നിദ്ധ്യമുണ്ടെന്നാണ് വിശ്വാസം. ചൊവ്വാഴ്ചയും വെള്ളിയാഴ്ചയും മച്ചിലെ വിളക്ക് കൊളുത്തും. പണ്ടും എല്ലാ ദിവസവും വിളക്ക് കൊളുത്താറുണ്ടായിരുന്നു എന്നാണ് പറഞ്ഞു കേട്ടിട്ടുള്ളത്. മാസമുറയായാൽ മച്ചിന് മുൻവശത്തുകൂടി സ്ത്രീകൾ കടന്നുപോകില്ല.

എത്രയോ തലമുറകൾക്ക് മുൻപ് ഏതോ ഒരു മുത്തശ്ശി പുഴക്കക്കരെ കൊടിക്കുന്നത്ത് ക്ഷേത്രത്തിൽ പതിവായി പാൽ കറന്നെത്തിച്ച് ഉപജീവനം കഴിച്ച് വന്നിരുന്നു.

ഇക്കരെ നിന്നാൽ അക്കരേക്ക് ഒരു ചുട്ടെറിഞ്ഞാൽ എത്തുന്ന വീതിയേ ഭാരതപ്പുഴയ്ക്ക് അന്ന് ഉണ്ടായിരുന്നുള്ളൂ. എന്നാലും ഇടവപ്പാതിയിൽ പുഴ കലങ്ങിച്ചുവന്ന് കുത്തിയൊഴുകും. സംഹാരഭാവമെടുക്കും.

ഒരു ദിവസം ശക്തമായ കൊടുങ്കാറ്റും അലറിപ്പെയ്യുന്ന പെരുമഴയും കാരണം പുറത്തിറങ്ങാൻ വയ്യ. പാൽപാത്രവുമായി പുഴകടക്കാൻ ചെന്ന മുത്തശ്ശിക്ക് നിരാശയോടെ മടങ്ങേണ്ടി വന്നു. തോണി വിലങ്ങില്ലെന്നു പറഞ്ഞ് തോണിക്കാരൻ ഒഴിഞ്ഞുമാറി. പാൽ വില്ക്കാൻ കഴിയാത്തതിനാൽ അരിയും സാധനങ്ങളും വാങ്ങാൻ കാശില്ല. ചോറും കറികളും വെച്ചില്ല. മുത്തശ്ശിയും മക്കളും തളർന്ന് ഉറക്കമായി. പാതിയുറക്കത്തിൽ ആരോ മുത്തശ്ശിയുടെ പേരെടുത്ത് വിളിക്കുന്നു. വാതിൽ തുറന്നു നോക്കിയപ്പോൾ ഒരു കൈയിൽ കുത്തുവിളക്കും മറുകൈയിൽ ഓട്ടുരുളിയുമായി ഒരു സ്ത്രീ. ഓട്ടുരുളി നിലത്തു വെച്ചപ്പോൾ അതു നിറയെ ചോറും. രാവിലെ ഉരുളി കഴുകി കൊടിക്കുന്നത്തമ്പലത്തിൽ ഏല്പിച്ചോളൂ. കുട്ടികളെ വിളിച്ചുണർത്തി എല്ലാവരും ഭക്ഷണം കഴിച്ച് കിടന്നുറങ്ങിക്കോളൂ. മുത്തശ്ശി പരിഭ്രമത്തോടെ നോക്കി നില്ക്കെ മച്ചിന്റെ വാതിൽ തുറന്ന് അവർ അകത്തു കയറി അപ്രത്യക്ഷയായി.

പിറ്റേന്ന് മഴ അല്പം തോർന്നു. ഓട്ടുരുളി കഴുകി വൃത്തിയാക്കി മുത്തശ്ശി അത് തലയിൽ ചുമന്ന് പാൽ പാത്രം കൈയിൽ തൂക്കി പുഴ കടന്ന് കൊടിക്കുന്നത്തെത്തി. അവിടെ ഓട്ടുരുളി മോഷണം പോയതിന്റെ ബഹളമാണ്. ഓട്ടുരുളി ചുമന്നു വരുന്ന മുത്തശ്ശിയെ കണ്ടപ്പോൾ മോഷണക്കുറ്റം മുത്തശ്ശിയുടെ മേലായി. അപ്പോഴേക്ക് വെളിച്ചപ്പാടു കലിതുള്ളി കല്പനയായി. എന്റെ മക്കൾ പട്ടിണി കിടക്കുന്നത് എനിക്ക് സഹിക്കില്ല. ഉരുളി കൊണ്ടുപോയത് ഞാനാണ്. ജനം മുത്തശ്ശിയോടു മാപ്പു പറഞ്ഞു.

കൊടിക്കുന്നത്തമ്മ, ഞങ്ങൾക്ക് ചോറു തന്ന അമ്മയാണ്. തലമുറകളായി ഞങ്ങൾ ഈ കഥകൾ കൈമാറുന്നു. വെളിച്ചപ്പാടിന്റെ കല്പനകൾ ഞങ്ങൾ വിശ്വസിക്കുന്നു. മുമ്പിലും പിമ്പിലും ഞങ്ങളെ കാക്കാൻ അമ്മയുണ്ട്.

ആയിരം തെറ്റ് ചെയ്താലും അരക്കണ്ണ് തുറക്കാത്ത ഞങ്ങളുടെ അമ്മ ഭൂമിയോളം ക്ഷമിക്കും! ക്ഷമ കെട്ടാൽ തട്ടകത്തിൽ വിപത്തിന്റെ വിത്തുകളെറിയും.

കൊടിക്കുന്നത്തമ്മയുടെ സഹോദരിയാണ് കണക്കർക്കാവിലെ ഭഗവതി. ദളിതരുടെ കളികണ്ടും പിൻതിരിഞ്ഞും നിന്നവൾ. കൊടുങ്ങല്ലൂർ ഭഗവതിയും കൊടിക്കുന്നത്തമ്മയുടെ സഹോദരിയാണ്. അല്പം പോലും അലിവില്ലാത്തവൾ. അതുകൊണ്ട് കുപിതയായ അവരെ കാണേണ്ടെന്നായി കൊടിക്കുന്നത്തെ ഒരു നട അടഞ്ഞു കിടക്കുന്നു.

ദളിതരുടെ കളി കണ്ടു നിന്ന കണക്കാർക്കാവിലെ ഭഗവതി കൊടി

ക്കുന്നത്തെ ക്ഷേത്രത്തിൽ നിന്ന് അധികം ദൂരത്തല്ലാതെ ദളിതരുടെ സങ്കടങ്ങൾ കേട്ടിരിക്കുന്നു.

ഞങ്ങൾ നായന്മാർ മരുമക്കത്തായ വഴികളിലൂടെ കടന്നുവന്നവ രാണ്. തറവാടുകളിൽ സ്ത്രീകൾക്ക് ശക്തിയും സ്വാധീനവുമുണ്ട്. സ്ത്രീകളുടെ മക്കളാണ് തറവാടിന്റെ പേരിനെ നിലനിർത്തുന്നത്. ആണുങ്ങളുടെ മക്കൾ അവരുടെ അമ്മ വീടിന്റെ പേരിലാണ് അറിയ പ്പെടുക. വീട്ടുപേർ ഉപേക്ഷിച്ച് അച്ഛന്റെ പേരു ചേർത്ത് അറിയപ്പെടാ നാണ് പുതിയ തലമുറ ആഗ്രഹിക്കുന്നത്.

എന്റെ കുട്ടികൾ അവരുടെ കുറുമ്പത്തൂരിലുള്ള തറവാടിന്റെ പേര് അവരുടെ പേരിന് മുന്നിൽ ചേർക്കുന്നു. എന്നാൽ എന്റെ പേരക്കുട്ടികൾക്ക് അവരുടെ അച്ഛന്റെ പേരു മാത്രമാണ് സ്കൂൾ രജിസ്റ്ററിൽ ചെയ്തിട്ടുള്ളത്. അവർക്ക് അവരുടെ തറവാട്ടുപേർ നഷ്ടപ്പെടുന്നു.

മാടത്ത് തെക്കേപ്പാട്ട് വീടിന്റെ പേര് രണ്ടക്ഷരങ്ങളിൽ മലയാളക്കര യിൽ അനശ്വരമാക്കിയ ഒരേ ഒരാളെ ഞങ്ങളുടെ തറവാട്ടിൽ ജനിച്ചിട്ടു ള്ളൂ. അത് ഒരു തറവാട്ടു പേരിന്റെ ആദ്യാക്ഷരങ്ങൾ മാത്രമല്ല, മലയാള സാഹിത്യത്തിലെ ശക്തിയായ എം ടി (നമ്മുടെ സാംസ്കാരിക നഭസ്സിലെ സൂര്യ തേജസ്സ്).

ആരെങ്കിലും മാടത്തു തെക്കേപ്പാട്ടെ തറവാടിന്റെ ആദ്യാക്ഷരങ്ങൾ ഉപയോഗിച്ച് ഈ വംശപരമ്പരയിലെ ആരെയെങ്കിലും സംബോധന ചെയ്യുമ്പോൾ എന്നെപ്പോലുള്ളവർ ചുരുങ്ങി വല്ലാത്ത ഒരവസ്ഥയിലേക്ക് എത്താറുണ്ട്. പഴത്തൊലിയിൽ ചവുട്ടി വഴുക്കി വീണതു പോലൊരു ജാള്യം. ഈ പേരിൽ അറിയപ്പെടാൻ ഒരേ ഒരാളേ ഈ തറവാട്ടിൽ ജനി ച്ചുള്ളൂ. അത് ഞാനല്ല. ഞങ്ങളിൽ ആരുമല്ല. എത്ര കാലം കഴിഞ്ഞാലും വിത്തും വേരും തേടുന്നവരാണ് കൂടല്ലൂർക്കാർ. ഒരാളിലൂടെ ഒരു തറ വാട് സ്മരിക്കപ്പെടും. ഇത് തറവാടിന്റെ സുകൃതം; മലയാളത്തിന്റേയും

4

കഥ അറിയാത്ത കാഴ്ചകൾ

എം ടി യുടെ *നാലുകെട്ട്* പ്രസിദ്ധീകരിച്ച് അമ്പത് വർഷം പിന്നിടുമ്പോൾ കൃതിയെക്കുറിച്ചുള്ള പഠനങ്ങളും *നാലുകെട്ടി*ന്റെ നാടിനെയും അതിലെ കഥാപാത്രങ്ങളെയും സംബന്ധിച്ചുള്ള അന്വേഷണങ്ങളും എന്തുകൊണ്ടും സ്വാഗതാർഹമാണ്.

എം ടി യുടെ നാടും വീടും തേടി കൂടല്ലൂരിലെ എഴുത്തുകാരും വായനക്കാരും എത്തുന്നു. എന്നാൽ പ്രിയപ്പെട്ട കഥാകാരന്റെ നാട് കാണാനെത്തുന്നവർക്ക് വഴിയിൽ കാണുന്ന ആളുകളിൽ നിന്ന് ഒരു സത്യാന്വേഷകന്റെ ചോദ്യങ്ങൾക്കുള്ള ശരിയായ ഉത്തരങ്ങളല്ല ലഭിക്കാറുള്ളത്.

യശസ്സിന്റെ കൊടുമുടിയിൽ സൂര്യതേജസ്സായി നില്ക്കുന്ന ഒരെഴുത്തുകാരന്റെ പ്രകാശവലയത്തിൽ തന്റെ നിഴൽ രൂപം കാണിക്കാനാണ് പലരും പാഴ്ശ്രമം നടത്തിയിട്ടുള്ളത്. ചിലർ എം ടി യുമായി ഇല്ലാത്ത ബന്ധങ്ങൾ പറയും. മറ്റു ചിലർ എം ടി യുടെ ഏറ്റവും അടുത്ത സുഹൃത്തുക്കളെപ്പോലെ സംസാരിച്ചു തുടങ്ങും.

എം ടി യുടെ നാട് കണ്ടു മടങ്ങുന്നവൻ എഴുത്തുകാരനാണെങ്കിൽ കൂടല്ലൂരിനെക്കുറിച്ചും എം ടി എഴുതിയ കൂടല്ലൂർ കഥാപാത്രങ്ങളെക്കുറിച്ചും ഒരു ലേഖനമെഴുതും. എഴുതിയ ആൾ ഏറെ ശ്രദ്ധേയനായ ഒരെഴുത്തുകാരൻ അല്ലെങ്കിൽപോലും വിഷയം മലയാളത്തിന്റെ സുകൃതമായ എഴുത്തുകാരനോട് ബന്ധപ്പെട്ടതായതുകൊണ്ട് അത് ആനുകാലിക പ്രസിദ്ധീകരണങ്ങളിൽ അച്ചടിച്ചുവരും. നേട്ടം എഴുത്തുകാരന് മാത്രമാണ്. വായനക്കാരനോ വരും തലമുറയ്ക്കോ പുതുതായി എന്തെങ്കിലും ലഭിക്കുന്നില്ല. ആവർത്തിച്ചു വരുന്ന വിരസമായ ഒരേർപ്പാടാണ് ഇത്. വ്യർത്ഥവ്യായാമമായ ഈ പാഴ്വേലകളിൽ കുറച്ചു ശരിയും അതിലേറെ തെറ്റുകളുമാണ് കാണാറുള്ളത്.

കൂടല്ലൂർ പശ്ചാത്തലത്തിൽ എം ടി രചിച്ച കൃതികളെക്കുറിച്ചും എം ടി യെക്കുറിച്ചും ആനുകാലിക പ്രസിദ്ധീകരണങ്ങളിലാണെങ്കിൽ പോലും വരുന്ന വിവരങ്ങൾ നാളെ സാഹിത്യ വിദ്യാർത്ഥികൾക്കും ഗവേഷകർക്കും വളരെ വിലപ്പെട്ടതാകാം. ഊഹങ്ങളും നിഗമനങ്ങളും വരും തലമുറയെ വഴി തെറ്റിക്കാനാവരുത്.

ഈ പ്രമുഖ സാഹിത്യ കൃതിയെക്കുറിച്ചും അതിന്റെ രചയിതാവിനെക്കുറിച്ചും അറിയാനുള്ള ജിജ്ഞാസ സ്വാഭാവികമാണ്.

എന്റെ മുന്നിലിരിക്കുന്നത് 'കറന്റ് ബുക്സ്, തൃശ്ശൂർ' 1994 ഒക്ടോബർ മാസത്തിൽ പുറത്തിറക്കിയ *നാലുകെട്ടി*ന്റെ പന്ത്രണ്ടാം പതിപ്പാണ്. പന്ത്രണ്ടാം പതിപ്പ് തന്നെ അയ്യായിരം പ്രതികൾ അച്ചടിച്ചിരിക്കുന്നു. സാധാരണ ഒരെഴുത്തുകാരൻ തന്റെ പുസ്തകത്തിന്റെ ആയിരം കോപ്പികൾ അച്ചടിപ്പിച്ച് അതു വിറ്റു തീരാൻ ദീർഘകാലം കാത്തിരിക്കേണ്ടി വരുന്നു. അതേ സമയം എം ടി യുടെ പുസ്തകങ്ങൾക്കു വേണ്ടി പുസ്തകശാലകളിൽ അന്വേഷിച്ചെത്തുന്ന വായനക്കാരുടെ എണ്ണം വർഷംപ്രതി വർദ്ധിച്ചുവരുന്ന സത്യം നാം കാണാതിരുന്നു കൂട. *നാലുകെട്ടി*ന്റെ ആദ്യ പതിപ്പ് പുറത്തിറങ്ങിയത് 1958 ലാണെന്ന് ഈ പന്ത്രണ്ടാം പതിപ്പിൽ സൂചിപ്പിച്ചിരിക്കുന്നു. പന്ത്രണ്ടാം പതിപ്പ് പുറത്തിറക്കിയ 1994 നു ശേഷം എത്ര പതിപ്പുകൾ പുതുതായി പുറത്തിറക്കിയെന്ന് ഞാൻ അന്വേഷിച്ചിട്ടില്ല.

നാലുകെട്ട് ഒരു ചരിത്രാഖ്യായിക അല്ല. അത് കൂടല്ലൂരിന്റെ ചരിത്രമല്ല. കൂടല്ലൂർക്കാരുടെ ആത്മകഥയുമല്ല.

കണ്ടറിഞ്ഞതും കേട്ടറിഞ്ഞതുമായ കൂടല്ലൂരിൽ നടന്ന കുറേ സംഭവങ്ങളും അനുഭവങ്ങളും എം ടി ക്ക് അസംസ്കൃതവസ്തുക്കളായി.

സ്വന്തം നാട്ടിലും കുടുംബത്തിലും ജീവിച്ചിരുന്ന ചില ആളുകൾ പേര് പോലും മറച്ചുവെക്കാതെ എം ടി കൃതികളിലേക്ക് കടന്നു കയറിയിട്ടുണ്ട്. എന്നാൽ കൂടല്ലൂരിലെ കഥകളും അനുഭവങ്ങളും എത്രയോ കാലമായി ഇവിടെ ജീവിച്ചു വരുന്ന ആരുടെ കൈകളിലും 'കഥാശില്പ'ങ്ങളായില്ല. കൂടല്ലൂരിൽ ഇപ്പോഴും കഥകൾ പിറക്കുന്നുണ്ട്. എല്ലാ ദേശങ്ങളിലും കഥകൾ ഉണ്ടാകുന്നുണ്ട്. സംഭവങ്ങൾ ഉണ്ടാവുന്നു. ഒരു സാഹിത്യകാരന് ആവശ്യമായ അസംസ്കൃത വസ്തുക്കൾ ഒരു പ്രദേശത്തുണ്ടാവാം. പക്ഷേ, കളിമണ്ണുണ്ടായതുകൊണ്ടു മാത്രം ശില്പങ്ങൾ ഉണ്ടാവുന്നില്ല. കളിമണ്ണിനെ രൂപപ്പെടുത്തുവാൻ കരവിരുതുള്ള ശില്പികൾ ഉണ്ടാവണം. *നാലുകെട്ട്* പോലെതന്നെ എം ടി യുടെ *അസുരവിത്ത്*, *കാലം* തുടങ്ങിയ പ്രശസ്ത നോവലുകളിലും "കുട്ട്യേടത്തി", "ഇരുട്ടിന്റെ ആത്മാവ്" മുതലുള്ള ഏറെ ശ്രദ്ധേയമായ ചെറുകഥകളിലും കൂടല്ലൂരിന്റെ പശ്ചാത്തലമുണ്ട്. സ്വന്തം കുടുംബത്തിലോ ബന്ധുവീട്ടിലോ അയൽ വീട്ടിലോ നടന്ന സംഭവങ്ങൾ കഥാ ബീജങ്ങളായി പരിണമിച്ചിട്ടുണ്ടാവാം. നാട്ടുകാരോ കുടുംബക്കാരോ ആയവരുടെ പേരുകളിൽ കഥാപാത്രങ്ങൾ പിറന്നിട്ടുണ്ടാവാം.

എം ടി യുടെ അതിപ്രശസ്തമായ ഒരു ചെറുകഥയുണ്ടല്ലോ? "ഇരുട്ടിന്റെ ആത്മാവ്"

എം ടി യെക്കുറിച്ചുള്ള ഒരു ഡോക്യുമെന്ററിയുടെ നിർമ്മാണവുമായി ബന്ധപ്പെട്ട് *മലയാളമനോരമ*യിൽ നിന്നുള്ള ചില ആളുകൾ ഒരു വർഷം മുൻപ് കൂടല്ലൂരിലെത്തിയിരുന്നു. ഇരുട്ടിന്റെ ആത്മാവിലെ വേലായുധന്റെ വീട് അന്വേഷിച്ച മനോരമ സംഘത്തിന് മണ്ണാൻ വേലായുധന്റെ വീട് കാണിച്ചു കൊടുത്ത ചിലരെങ്കിലും കൂടല്ലൂരിലുണ്ട്. അക്ഷരങ്ങൾ അറിയാത്ത, എം ടി യെ അറിയാത്ത അവരോട് നമുക്ക് പൊറുക്കാം.

വളരെ യാദൃച്ഛികമായാണ് ഞാൻ അവരെ കണ്ടെത്തുന്നത്. ചൂണ്ടിക്കാണിച്ച് കൊടുത്ത് ഞാൻ പറഞ്ഞു: "ഇതിലെ പൊക്കോളൂ: ഇരുട്ടിന്റെ ആത്മാവിലെ വേലായുധൻ ദാ, അവിടെ, ആ വീട്ടിലാണ് ജീവിച്ചിരുന്നത്."

യൗവ്വനാരംഭത്തിലേ മാനസികനില തെറ്റി, മരിക്കുംവരെ ഭ്രാന്തനായി ജീവിക്കേണ്ടി വന്ന ഹതഭാഗ്യനായ വടക്കേതിലെ വേലായുധേട്ടനായിരിക്കും "ഇരുട്ടിന്റെ ആത്മാവിലെ" രചനയ്ക്ക് എം ടി ക്ക് പ്രചോദനമായിട്ടുണ്ടാവുക. ആറോ ഏഴോ പതിറ്റാണ്ടുകൾക്ക് മുൻപ് മരിച്ചുപോയ വേലായുധേട്ടനെ ഇന്ന് കൂടല്ലൂരിൽ തപ്പിനടന്നിട്ട് കാര്യമില്ലല്ലോ?

ഇരുമ്പു ചങ്ങലയാൽ ബന്ധിപ്പിക്കപ്പെട്ട ഭ്രാന്ത മനസ്സിനെയാണ് എം ടി ഈ കഥയിലൂടെ അനാവരണം ചെയ്തത്. ഭ്രാന്ത മനസ്സിൽ മിന്നിമറയുന്ന മോഹങ്ങളും സ്വപ്നങ്ങളും വേദനകളും നിസ്സഹായതയും എം ടി കണ്ടെത്തുകയും സൂക്ഷ്മതയോടെ നിരീക്ഷിക്കുകയും ചെയ്തു കൊണ്ടാണ് ഇരുട്ടിന്റെ ആത്മാവ് കരുത്താർന്ന കഥയായി മാറിയത്.

പണ്ടെന്നോ ഒരിടക്കാലത്ത്അല്പം മാനസിക വിഭ്രാന്തി കാണിച്ച മണ്ണാൻ വേലായുധനെ മാത്രമേ ഇന്ന് ജീവിച്ചിരിക്കുന്ന കൂടല്ലൂർക്കാരൻ കണ്ടിട്ടുള്ളൂ. മാനസിക വിഭ്രാന്തിയൊക്കെ സുഖപ്പെട്ട് മണ്ണാൻ വേലായുധൻ ഇന്നും കൂടല്ലൂരിൽ ജീവിച്ചിരിക്കുന്നു.

താഴത്തേതിൽ കോന്തുണ്ണി നായരായി *നാലുകെട്ടിൽ* വരുന്ന മാടത്ത് തെക്കെപ്പാട്ടെ കോന്തുണ്ണി നായരുടെ ഭാര്യാ സഹോദരനായിരുന്നു ഇരുട്ടിന്റെ ആത്മാവിലെ വേലായുധൻ. അതായത് *നാലുകെട്ടി*ലെ വടക്കേപ്പാട്ടെ പാറുക്കുട്ടിയുടെ സഹോദരൻ. കഥാപാത്രത്തിന്റെ നിഴൽ ആരിലുണ്ട് എന്ന് പരിശോധിക്കുന്നതിന് വലിയ പ്രസക്തിയില്ല. കഥാവിഷ്കാരം, കഥാപാത്രങ്ങളിലൂടെ കടന്ന് പോകുന്ന വായനക്കാരിൽ അത് ഉദ്ദീപിപ്പിക്കുന്ന വൈകാരികതലം എന്നീ കാര്യങ്ങളാണല്ലോ കഥയുടെ ജീവനായി എന്നും നിലനില്ക്കുന്നത്.

വടക്കേതിൽ വേലായുധേട്ടൻ പഴയ എട്ടാംതരം പാസായിട്ടുള്ള ആളായിരുന്നു. ഭ്രാന്തനായി തീരും മുൻപ് സ്വന്തം വീട്ടിലെത്തിയിരുന്ന അയല്ക്കാരായ കുട്ടികൾക്ക് സൗജന്യമായി ട്യൂഷനെടുത്തിരുന്നു.

എം ടിയുടെ ജീവിതവുമായി ബന്ധപ്പെട്ട് ഒരു ഡോക്യുമെന്ററി എടുക്കാൻ മാടത്ത് തെക്കെപ്പാട്ട് തറവാട്ടിലും വടക്കേതിലും പോവുന്നതിന് മതിയായ കാരണമുണ്ട്. മാടത്ത് തെക്കെപ്പാട് തറവാട് എം ടിയുടെ തറ

വാടാണ്. ജനിച്ചത് ആ വീട്ടിലല്ലെങ്കിലും ബാല്യവും കൗമാരവും ഒക്കെ കഴിച്ചു കൂട്ടിയത് അവിടെയാണ്. തൊട്ടു വടക്കേതിലെ വീട് എം ടി യുടെ സ്വന്തം കുട്ടമ്മാമ (എം ടി ശേഖരൻ നായർ)യുടെ ഭാര്യവീടാണ്. അവിടെ താമസിച്ചു വരുന്നവർ എം ടി യുടെ അയല്ക്കാരാണ്– മാടത്ത് തെക്കെപ്പാട്ടെ കോന്തുണ്ണി നായർ കല്യാണം കഴിച്ച പാറുക്കുട്ടിയുടെ വീടാണ്. എം ടി യുടെ കുട്ടമ്മാമ കല്യാണം കഴിച്ചത് കോന്തുണ്ണി നായരുടെയും പാറുക്കുട്ടി അമ്മയുടെയും മൂത്തമകൾ പത്മാവതിയെയാണ്. പുസ്തക പ്രസാധരുടെ കുറിപ്പിൽ അവകാശപ്പെട്ടതുപോലെ നാലുകെട്ട് കേരളീയ സമൂഹ ഘടനയുടെ പരിണാമത്തിലെ ഒരു പ്രത്യേകഘട്ടത്തെ പ്രതീകവല്ക്കരിക്കപ്പെടുന്ന നോവൽ തന്നെയാണ്.

ഇന്ന് സമൂഹഘടനയാകെ മാറി.

എം ടി യുടെ തറവാട്ടിൽ തന്നെ താമസിക്കുന്നവർ എം ടി യുടെ ജ്യേഷ്ഠനായിരുന്ന പരേതനായ ശ്രീ എം ടി ഗോവിന്ദൻ നായരുടെ ഭാര്യയും മക്കളുമാണ്. ഒരു കാലത്ത് സമുദായത്തിൽ നിന്നിരുന്ന മരുമക്കത്തായം എം ടി യുടെ തറവാട്ടിൽ തന്നെ താമസിക്കുന്നവർ മാടത്ത് തെക്കെപ്പാട്ടെ തറവാട്ടിലെ അംഗങ്ങളല്ല. പുന്നയൂർക്കുളത്തു നിന്ന് വന്ന്, രണ്ടോ മൂന്നോ പതിറ്റാണ്ടുകളായി മാത്രം കൂടല്ലൂരിൽ സ്ഥിരതാമസക്കാരായവർ. മാടത്ത് തെക്കെപ്പാട്ടെ തറവാട് എം ടി യുടെ ജ്യേഷ്ഠനായിരുന്ന എം ടി ഗോവിന്ദൻ നായരുടെ അവകാശത്തിലാണ് അവസാനമായി ലഭിക്കുന്നത്.

എം ടി യുടെ അച്ഛനായിരുന്ന ശ്രീ ടി നാരായണൻനായരുടെ സഹോദരിമാരിൽ ഒരാളുടെ മകളെയാണ് ജ്യേഷ്ഠൻ ഗോവിന്ദൻനായർ വിവാഹം ചെയ്തത്. ഇപ്പോൾ തറവാട്ടിൽ താമസിക്കുന്നവർക്ക് കൂടല്ലൂരിനെക്കുറിച്ചോ എം ടി യുടെ കൂടല്ലൂർ കഥാപാത്രങ്ങളക്കുറിച്ചോ കൂടുതലൊന്നും അറിയില്ല.

എം ടി യുടെ ബാല്യം കടന്നു പോവുന്ന ഒരു കാലഘട്ടത്തിൽ തന്നെയാണ് *നാലുകെട്ടി*ന്റെ കഥ ഇതൾ വിടരുന്നത്.

കേരളീയ സമൂഹത്തിലെ പ്രത്യേകിച്ച് നായർ സമുദായത്തിൽ നില്ക്കുന്ന മരുമക്കത്തായത്തിൽ നിന്ന് മക്കത്തായത്തിലേക്കുള്ള മാറ്റത്തിന്റെ കാറ്റ് വീശുന്നത് *നാലുകെട്ടിൽ* നമുക്ക് ദർശിക്കാനാവും.

സ്വാർത്ഥനായ കാരണവരുടെ നേരെ വിരൽ ചൂണ്ടി നില്ക്കുന്ന മരുമകൻ (കുട്ടമ്മാമ) കൂട്ടുകുടുംബത്തിൽ അടിച്ചമർത്തപ്പെട്ട ഒരുകൂട്ടം മനുഷ്യരുടെ പ്രതിനിധിയാവുന്നു. മരുമക്കത്തായ പ്രൗഢിയും പ്രതാപവും നിലനിർത്താൻ ആഗ്രഹിക്കുന്നതോടൊപ്പം അധികാരം കൈവിടാൻ മടിക്കുന്നു. *നാലുകെട്ടി*ലെ വല്യമ്മാമ എട്ടുകെട്ടും കൈയാലയും പത്തായപ്പുരയും പടിപ്പുരയും അറുപത്തിനാല് അംഗങ്ങളും ഉണ്ടായിരുന്ന തറവാടിന്റെ പൂർവ്വകാലവും തന്റെ മുൻഗാമിയായിരുന്ന പുലിപോലുള്ള അച്ചുമ്മാമയെയും അയാൾ ഓർമ്മിക്കുന്നുണ്ട്.

“അച്ചുമ്മാമ ഈ പത്തായപ്പൊരേല് ഇരുന്നാമതി ഈ നാട്ടില് കാക്ക

കരേല്യ" (പുറം 40)

തറവാട് ക്ഷയിച്ചു തുടങ്ങിയ തന്റെ കാലഘട്ടത്തിലിരുന്ന് നഷ്ടപ്പെട്ട ഒരു പ്രതാപകാലം അധികാരിക്ക് മുൻപിൽ ഓർമ്മിച്ചെടുക്കുകയാണ്, അപ്പുണ്ണിയുടെ വല്യമ്മാമ.

"ഈ തറവാട്- അധികാര്യോട് പറേണ്ട ആവശ്യമില്ല അച്ചുമ്മാമൻണ്ടായിരുന്ന കാലത്ത് നായരു സമുദായത്തിലുണ്ടായിരുന്നില്യ ഇവിടുത്തെന്തിനില" (പുറം 138)

കൂട്ടുകുടുംബങ്ങളുടെ തകർച്ച തുടങ്ങുന്നത് വല്യമ്മാമയുടെ കാലത്തല്ല. പുലിപോലുള്ള അച്ചുമ്മാമൻ ഭരിക്കുന്ന തറവാടിന്റെ ആദ്യഭാഗം നടന്ന് താവഴികൾ പിരിയാൻ തുടങ്ങിയതു മുതൽ തന്നെ നായർ സമുദായത്തിൽ ഘടനാപരമായ ഒരു മാറ്റം കാണാൻ കഴിയും.

സുസ്ഥിരത നഷ്ടപ്പെട്ട ഇന്ത്യൻ ജനാധിപത്യവ്യവസ്ഥയിലും കേന്ദ്ര- സംസ്ഥാന സർക്കാരുടെ മുന്നണി സംവിധാനത്തിലും ഒരു കൂട്ടുകുടുംബത്തിലെന്നപോലെ പ്രതാപം നിലനിർത്താനും അധികാരം കൈവിടാനും മടിക്കുന്ന കക്ഷികളെയും നേതാക്കളെയും കാണുമ്പോൾ നാം ഓർമ്മിക്കുന്നത് നായർ സമുദായത്തിലെ ഈ പഴയ നായർ തറവാടുകളെയാണ്. മുറുമുറുക്കലുകളും അന്തഃഛിദ്രങ്ങളും അധികാരത്തിൽ പിടിച്ചു തൂങ്ങാനുള്ള വ്യഗ്രതയും നാം ഇപ്പോഴും കണ്ടുകൊണ്ടിരിക്കുന്നു.

തറവാടുകളെക്കുറിച്ചുള്ള സങ്കല്പങ്ങളിൽ തന്നെ വലിയ മാറ്റങ്ങളുണ്ടായി. നൂറ്റാണ്ടുകളായി നിലനിർത്തുന്ന സംസ്കാര ശൈലി, പൂർവ്വികർ അനുവർത്തിച്ചു വന്നിരുന്ന പെരുമാറ്റ രീതി, ജീവിതസാഹചര്യങ്ങൾ, സാമ്പത്തികമായ അടിത്തറ എന്നിവയൊക്കെത്തന്നെ തറവാട്ടു മഹിമയുടെ മാനദണ്ഡങ്ങളായി പരിഗണിക്കപ്പെട്ടിരുന്നു, ഒരു കാലത്ത്.

ഭൂപരിഷ്കരണ നിയമത്തിലൂടെ പുതിയ ഭൂവുടമകൾ ഉണ്ടായി. പണക്കാരുണ്ടായി.

*നാലുകെട്ടി*ലെ പരാമർശം പരിശോധിക്കാം.

"കണ്ടുങ്ങൾ വീട്ടുകാർ പുതിയ പണക്കാരനാണ്. പണ്ട് അവിടുത്തെ കാരണവർ വലിയ വീട്ടിലെ പണിക്കാരായിരുന്നു. ക്രമത്തിൽ കാര്യസ്ഥനായി. വലിയ വീട്ടിലെ പണിക്കാരത്തിയെയാണ് അയാൾ സംബന്ധം ചെയ്തത്. ക്രമത്തിൽ നെല്ലുണ്ടായി പണമുണ്ടായി.'' (പുറം 22)

അമ്പത് വർഷം മുൻപ് ചിത്രത്തിന്റ താളുകളിലൊന്നും കാണാത്ത തറവാട്ടുകാർ, പുതിയ കണക്കെടുപ്പിൽ മുന്തിയ തറവാട്ടുകാരാവും. അതുകൊണ്ട് തറവാട്ടുകാരുടെ കണക്കെടുപ്പ് നടത്തുന്നത് ഇന്ന് ഏറെ യാഥാസ്ഥിതികമായ ഒരേർപ്പാടാണ്. ലേഖനമെഴുത്തുകാരന്റെ യാഥാസ്ഥിതികത്വ മുഖത്തെയാണ് അത് കാണിക്കുക.

മാടത്തെ തെക്കെപ്പാട്ടെ പ്രതാപശാലിയായ ഒരച്ചുമ്മാനെപ്പറ്റി കേട്ടിട്ടുണ്ട്. *നാലുകെട്ടിലെ* അപ്പുണ്ണിയുടെ മുത്തശ്ശിയും ആ പ്രതാപകാലം ഓർക്കുന്നുണ്ട്. തന്റെ കൈകൊണ്ട് അറുപത്തിനാല് ആളുകൾക്ക് വെച്ചു

വിളമ്പി കൊടുത്തിട്ടുണ്ട് എന്ന് അവർ ഇടയ്ക്ക് ഓർമ്മിക്കുന്നു. (എം ടി യുടെ മുത്തശ്ശിയുടെ അമ്മാവനായിരുന്നു ഈ പ്രതാപശാലിയായ അച്ചുമ്മാമൻ)

'നാലുകെട്ടിൽ മറ്റൊരു പ്രതാപശാലിയായ അച്ചുമ്മാനെപ്പറ്റി പറയുന്നുണ്ട്.'

അച്ചുമ്മാന്റെ പീടികയുടെ താഴെ എത്തിയപ്പോൾ വിളിച്ചു:

"ശങ്കരാ" നാശം– അയാൾ പിറുപിറുത്തു. ഇനി അങ്ങോട്ട് കയറാതിരിക്കാൻ നിവൃത്തിയില്ല.

"ഇങ്ങോട്ടൊന്ന് കേറെടോ.

അച്ചുമ്മാമൻ വീണ്ടും വിളിക്കുന്നു." (പുറം 67)

ഓടിട്ട കല്ലേകളം എന്ന് ഞങ്ങൾ കൂടല്ലൂർക്കാർ വിശേഷിപ്പിച്ചിരുന്ന പുല്ലാട്ടുപറമ്പിൽ കല്ലേകളം എന്ന വീട്ടിലെ പ്രതാപശാലിയായ അച്ചുമ്മാനാണ്, തന്റെ പീടികയുടെ തട്ടിൻ മുകളിലുള്ള മുറിയിൽ ചെറിയ ഉരലും ഉലക്കയുമായി മുറുക്കാൻ ഇടിച്ചിരിക്കാറുള്ളത്. കൂടല്ലൂരിൽ എം ടി യുടെ കാലത്തുതന്നെ ഇദ്ദേഹം ജീവിച്ചിരുന്നു. പ്രശസ്ത ചിത്രകാരനായ അച്യുതൻ കൂടല്ലൂരിന്റെ മുത്തശ്ശിയുടെ അമ്മാവനായിരുന്നു ഇദ്ദേഹം.

കഷ്ടപ്പാടുകളുടെ ഒരു കാലത്ത് കല്ലേകളത്തിലെ അച്ചുമ്മാൻ കോഴിക്കോട്ടേക്ക് വണ്ടി കയറി. കോഴിക്കോട് അങ്ങാടിയിൽ തൊഴിൽതേടി അലഞ്ഞു. ഹോട്ടൽ പണിപോലും ചെയ്യേണ്ടിവന്നു. ക്രമത്തിൽ ഹോട്ടലുടമയുമായി. കൂടല്ലൂരിൽ ഭൂസ്വത്തുക്കൾ വാങ്ങിക്കൂട്ടി. കൂടല്ലൂരിലെയെന്നല്ല സമീപപ്രദേശങ്ങളിൽ പോലും അറിയപ്പെടുന്ന നാട്ടുപ്രമുഖനായി. നാട്ടുകാർ ഭയഭക്തി ബഹുമാനത്തോടെ തോർത്തുമുണ്ടെടുത്ത് കക്ഷത്തുവെച്ച് കിഴക്കിനിയകത്ത് മനക്കലെ ജന്മിനമ്പൂതിരിയുടെ മുറ്റത്ത് നില്ക്കാറുണ്ടായിരുന്ന കാലം. ബ്രിട്ടീഷുകാരന്റെ കാലത്തെ നാട്ടിൽ സർവ്വപ്രതാപിയായ അറിയപ്പെടുന്ന അയോദ്ധ്യയിലെ റിട്ടയേർഡ് ജഡ്ജി ഗോവിന്ദമേനോന്റെ മുന്നിലെത്തുമ്പോൾ മുട്ട് വിറച്ചിരുന്ന കാലം.

പക്ഷേ, കല്ലേകളത്തിലെ അച്ചുമ്മാൻ ഇവർ രണ്ടുപേർക്കും ഒപ്പം കസേര വലിച്ചിട്ടിരിക്കാൻ മാത്രം വളർന്നു കഴിഞ്ഞിരുന്നു. അച്ചുമ്മാൻ കൂടല്ലൂരിൽ മുതലാളിമാർക്ക് ഒരെതിരാളിയായി. ഹിന്ദുക്കളുടെ സംരക്ഷകനായി.

ഞങ്ങൾ അച്ചേട്ടൻ എന്നു വിളിക്കുന്ന, മറ്റൊരു താവഴിയിലെ ഇപ്പോൾ ജീവിച്ചിരിക്കുന്ന താവഴികളിൽ ഏറ്റവും മുതിർന്ന കാരണവരായ എം ടി അച്ചുതൻ നായരുടെ അച്ഛനായിരുന്നു ഇദ്ദേഹം.

അച്ചുതൻ എന്ന പേര് കൂടല്ലൂരിൽ വളരെക്കാലം മുൻപ് തന്നെ വ്യാപകമായി പ്രചാരത്തിലുണ്ട്.

എം ടി യുടെ സ്വന്തം അമ്മാവനായ അച്ചുതൻ നായരുണ്ടായിരുന്നു. അച്ചുമ്മാമ. അദ്ദേഹം മരിച്ചിട്ട് നാല് പതിറ്റാണ്ടിലേറെ കാലമായിരിക്കുന്നു.

കൂടല്ലൂരിൽ എത്തുന്ന ലേഖനമെഴുത്തുകാർ ഇപ്പോൾ ജീവിച്ചിരിക്കുന്ന ശ്രീ എം ടി അച്യുതൻനായരെ കാണുന്നു. തൊണ്ണൂറിന്റെ പടി കയറി നില്ക്കുന്ന അദ്ദേഹം എം ടി യുടെ മുത്തശ്ശിയായ നാരായണി മുത്തശ്ശിയുടെ ജ്യേഷ്ഠ സഹോദരി ലക്ഷ്മി മുത്തശ്ശിയുടെ മകൾ മാധവിയമ്മയുടെ മകനാണ്. ചില എഴുത്തുകാർ ഇദ്ദേഹത്തെ എം ടിയുടെ സ്വന്തം അമ്മാവനാക്കും. *നാലുകെട്ടി*ലെ ആ പഴയ പ്രതാപശാലിയായ അച്ചുമ്മാമനാകും.

ഇപ്പോൾ ജീവിച്ചിരിക്കുന്ന എം ടി അച്യുതൻ നായരും നാട്ടിൽ അറിയപ്പെടുന്ന കാരണവരാണ്. നാട്ടു പ്രമുഖനാണ്. ചെറിയ രാഷ്ട്രീയക്കാരനാണ്.

മുതലാളിമാരുടെ കുടുംബങ്ങൾ മൂന്നു നൂറ്റാണ്ടായെങ്കിലും കൂടല്ലൂരിൽ പ്രമുഖരായുണ്ട്. പല താവഴികളിൽ. ചില താവഴികൾ ഇപ്പോഴും സമ്പന്നർ. മറ്റുചില താവഴികൾ മുതലാളിമാരുടെ മേൽവിലാസം മാത്രമായി ഇരുതല മുട്ടാതെ ജീവിക്കുന്നവർ. കൂടല്ലൂരിൽ ഒരു സമുദായത്തെ ഒരു കാലത്ത് അടക്കി വാണവരാണ് മുതലാളിമാരുടെ കുടുംബം. ഇപ്പോഴും ഈ കുടുംബത്തിൽപ്പെട്ട ചിലർക്ക് ഗ്രാമത്തിൽ സ്വാധീനമുണ്ട്. ആശ്രിതരുണ്ട്.

*അസുരവിത്തിലും നാലുകെട്ടി*ലും മുതലാളിമാർ കടന്നുവന്നിട്ടുണ്ട്. ധാരാളം ഭൂസ്വത്തുക്കൾ വാരിക്കൂട്ടിയവർ. കൈയിൽ പണം കെട്ടിയിരിപ്പുണ്ടായിരുന്നവർ.

"അത്തുണ്ണി മൊയലാളി കാശെക്കെ കൊടുത്ത് കേസില്യാണ്ടെ ആക്കീതല്ലെ.

ശത്രുക്കളുടെ കൂട്ടത്തിൽ ഒരു പേർ കൂടി അപ്പുണ്ണി മനസ്സിൽ കുറിച്ചിട്ടു.- അത്തുണ്ണി മുതലാളി.

പിന്നീടാണ് അറിഞ്ഞത്. അയാൾ മരിച്ചിരിക്കുന്നു. അത് നന്നായി."
(പുറം 19)

മുസ്ലീം സമുദായത്തിൽ മുതലാളിമാർ കൂടല്ലൂരിലെത്തും മുമ്പ് തന്നെ ഇവിടെ താമസിച്ചുവരുന്ന ചില കുടുംബക്കാരുണ്ട്. പുളിക്കൽ, പുളിക്കപ്പറമ്പിൽ തുടങ്ങിയ ചില വീട്ടുകാർ.

പുളിക്കൽ യൂസഫിന്റെ പീടികയിൽ വെച്ചാണ് അപ്പുണ്ണി ആദ്യമായി തന്റെ അച്ഛനെ ചതിയിൽ വിഷം കൊടുത്തുകൊന്ന സെയ്താലിക്കുട്ടിയെ കാണുന്നത്. കപ്പകൃഷിയുടെ പങ്കുവെപ്പിനെ തുടർന്നുള്ള തർക്കമല്ല കോന്തുണ്ണി നായരുടെ കൊലപാതകത്തിന് പിന്നിലെന്ന്, അന്നും ഇന്നും പറഞ്ഞു കേൾക്കുന്നു. കോന്തുണ്ണി നായരോടുള്ള ആരുടേയോ പക തീർക്കാൻ സെയ്താലിക്കുട്ടി ഒരുപകരണമായെന്ന് മാത്രം.

*നാലുകെട്ടി*ലെ കഥാപാത്രങ്ങളെ തേടിയെത്തുന്നവരാരും കൂടല്ലൂരിൽ ഇതുവരെ ഒരു അപ്പുണ്ണിയെ കണ്ടെത്തിയിട്ടില്ല.

അപ്പുണ്ണി *നാലുകെട്ടി*ലെ നായകനാണ്.

അപ്പുണ്ണിയെ കൂടല്ലൂരിൽ എത്തുന്നവർ കാണാതിരിക്കുന്നതിന്റെ

കാരണം അയാൾ നോവലിൽ മാത്രമാണ് ജനിക്കുന്നതും ജീവിക്കുന്നതും എന്നതുതന്നെയാണ്. എം ടി യുടെ സർഗ്ഗശക്തിയാൽ സൃഷ്ടിക്കപ്പെട്ട കഥാപാത്രമാണ് അപ്പുണ്ണി. പകയും വിദ്വേഷവും മാനസിക വ്യഥകളും സ്നേഹവും ഒക്കെയുള്ള ഒരു പച്ച മനുഷ്യൻ.

അപ്പുണ്ണിയുടെ വികാരങ്ങൾ, വിചാരങ്ങൾ–ആത്മരോഷങ്ങൾ, മാനസിക വ്യഥകൾ, ധർമ്മ സങ്കടങ്ങൾ– എന്നിവയൊക്കെ തന്നെ ലോകത്ത് എവിടെയായാലും ജീവിക്കാൻ വിധിക്കപ്പെട്ട ഒരു പീഡിതനായ ചെറുപ്പക്കാരന്റേതാണ്.

''വളരും– വളർന്ന് വലിയ ആളാവും. കൈകൾക്ക് കരുത്തുണ്ടാവും.........''

അന്ന്, അന്നൊരിക്കൽ സെയ്താലിക്കുട്ടിയെ കണ്ടുമുട്ടാതിരിക്കില്ല. എന്നിട്ടു വേണം പകരം ചോദിക്കാൻ. സെയ്താലിക്കുട്ടിയുടെ കഴുത്ത് കൈകളിൽ കിടന്ന് പിടയുമ്പോൾ പറയും.

“നീയല്ലേ– നീയല്ലേ എന്റെ......” (പുറം 7)

ബാല്യത്തിലെ അച്ഛൻ നഷ്ടപ്പെട്ട്, അനാഥത്വം വേട്ടയാടപ്പെടുന്ന അപ്പുണ്ണിയുടെ മനസ്സിൽ ഒരു അഗ്നിപർവ്വതം പുകയുന്നുണ്ട്. ചതിയിൽ സ്വന്തം അച്ഛനെ വിഷം കൊടുത്തുകൊന്ന സെയ്താലിക്കുട്ടിയോടുള്ള ബാലമനസ്സിലെ പകയുടെ അഗ്നിയാണത്.

അപ്പുണ്ണിയുടെ ബാല്യത്തിൽ അവനെ സദാ അലട്ടിക്കൊണ്ടിരുന്നത് സെയ്താലിക്കുട്ടിയോടുള്ള അടങ്ങാത്ത പകയായിരുന്നു.

'സെയ്താലിക്കുട്ടിയുമായി ഏറ്റുമുട്ടുന്ന ആ രംഗം പലപ്പോഴും കാണാറുള്ളതാണ്. ഉറക്കം വരാതെ കണ്ണടച്ച് കിടക്കുമ്പോഴും കുണ്ടുങ്ങൽക്കാരുടെ പടിക്കലെ കുങ്കുമച്ചുവട്ടിൽ ഉച്ചത്തണലിൽ തനിയെ ഇരിക്കുമ്പോഴുമെല്ലാം–' (പുറം 7)

*നാലുകെട്ടി*ലെ കോന്തുണ്ണി നായരുടെയും മാടത്ത് തെക്കെപ്പാട്ടെ കോന്തുണ്ണി നായരുടെയും തലവിധി ഒന്നായിപ്പോയി. മാടത്ത് തെക്കെപ്പാട്ടെ കോന്തുണ്ണി നായർ നോവലിൽ വരുന്ന താഴത്തേതിൽ കോന്തുണ്ണി നായരായിട്ടാണ്.

മാടത്തു തെക്കേപ്പാട്ടെ കോന്തുണ്ണി നായരെ സെയ്താലിക്കുട്ടി വിഷം കൊടുത്തുവെന്നത് കൂടല്ലൂരിലെ ചരിത്രസത്യം.

എം ടി യുടെ മറ്റൊരു താവഴിയിൽ കോന്തുണ്ണി നായർ ജീവിച്ചിരിക്കുന്നു. അദ്ദേഹം എം ടി യുടെ മുത്തശ്ശി(അമ്മുമ്മ)യുടെ ഏറ്റവും മൂത്ത സഹോദരി പാറുമുത്തശ്ശിയുടെ മകനായിരുന്നു.

കോന്തുണ്ണി നായർ കൊല്ലപ്പെടുമ്പോൾ ഇളയമകൾ നാരായണിക്കുട്ടിക്ക് മൂന്നു വയസ്സ് പ്രായം.

കോന്തുണ്ണ്യേട്ടൻ വടക്കേതിലെ പാറുക്കുട്ടിയമ്മയെയാണ് കല്യാണം കഴിച്ചത്. (നോവലിൽ വടക്കേപ്പാട്ടെ പാറുക്കുട്ടി) ഇവർക്ക് ആൺമക്കളില്ലായിരുന്നു. മൂന്ന് പെൺമക്കൾ മാത്രം. നോവലിൽ പാറുക്കുട്ടിയുടെ ഏക സന്താനമാണ് അപ്പുണ്ണി.

ആറോ ഏഴോ പതിറ്റാണ്ടുകൾക്ക് മുൻപ് മാടത്ത് തെക്കേപ്പാട്ടെ താവഴിയിൽ നടന്ന സംഭവം *നാലുകെട്ടി*ന്റെ രചനയ്ക്കുള്ള വഴിയൊരുക്കി.

തന്റെ ഇരുപത്തിമൂന്നാം വയസ്സിലാണ് എം ടി *നാലുകെട്ടി*ന്റെ രചനയ്ക്കുള്ള തയ്യാറെടുപ്പുകൾ എടുക്കുന്നതെന്ന് കേട്ടിട്ടുള്ളത്.

എന്തായാലും എം ടി തന്റെ ജീവിതത്തിന്റെ നെടുംപാതയിൽ കണ്ടെത്തിയ ഒരു സത്യത്തിന്റെ ഒരു മുത്ത് തന്നെയായിരുന്നു നോവൽ രചനയ്ക്ക് പ്രചോദനമായതെന്ന് പറയാം.

കൂടല്ലൂരാണ് കഥയുടെ പശ്ചാത്തലമെന്ന് എം ടി ആദ്യമേ സൂചന നല്കുന്നുണ്ട്.

“കൊട്ടിലിലെ മുത്താച്ചിയെ അറിയാത്തവർ കൂടല്ലൂരില്ല” (പുറം 14)

അച്ഛനെപ്പറ്റി കുറെയെല്ലാം അപ്പുണ്ണി അറിയുന്നത് മുത്താച്ചിയിൽ നിന്നാണ്.

മുത്താച്ചിയുടെ ഭാഷയിൽ പറഞ്ഞാൽ ആന പിടിച്ചാൽ എത്താത്ത തടി. പേരുകേട്ട പകിടകളിക്കാരൻ. നല്ല സ്നേഹമുള്ളവൻ.

പാറുക്കുട്ടി കോന്തുണ്ണി നായരെ സ്വീകരിച്ചതോടെ വടക്കേപ്പാട്ടെ തറവാട്ടുകാർക്ക് അവർ അന്യയായി. തറവാടിത്തത്തിൽ താഴത്തേതിൽ കോന്തുണ്ണി നായർ വടക്കേപ്പാട്ട് തറവാട്ടുകാരോളം വരില്ലെന്നാണ് വല്യമ്മയുടെ അഭിപ്രായം. അതുകൊണ്ട് പാറുക്കുട്ടിക്ക് മറ്റൊരു വിവാഹം നിശ്ചയിച്ചു. കോന്തുണ്ണി നായരെ കണ്ടതുമുതൽ ആ രൂപം പാറുക്കുട്ടിയുടെ മനസ്സിലുണ്ട്.

കോന്തുണ്ണി നായർക്ക് മുമ്പിൽ അവൾ പൊട്ടിക്കരഞ്ഞു. പാറുക്കുട്ടിയുടെ മനസ്സറിഞ്ഞ കോന്തുണ്ണി നായർ പറഞ്ഞു:

“എനിക്ക് നാലുകെട്ടും നെല്ലിൻ പത്തായവും ഇല്ല. എന്നാലും ഞാനൊരാണാണ്. ധൈര്യമുണ്ടെങ്കിൽ പോന്നോളൂ. ഈ കൈകൾക്ക് ബലമുള്ള കാലംവരെ പൊലർത്തിക്കൊള്ളാം” (പുറം 35)

ഒരു ചെറിയ കാലമേ അവർ ഒന്നിച്ച് ജീവിച്ചുള്ളുവെങ്കിലും കോന്തുണ്ണി നായർ വാക്ക് പാലിച്ചു.

അയാൾ കുടി നിർത്തി. പകിടക്കരു കൈകൊണ്ട് തൊട്ടില്ല. സ്വന്തമായ ഭൂമിയിൽ രാപ്പകലില്ലാതെ അദ്ധ്വാനിച്ച് കുടുംബം പുലർത്തി. ധീരനായ കോന്തുണ്ണി നായരുടെ അഭിമാനിയായ പുത്രൻ തന്നെയാണ് അപ്പുണ്ണി.

സ്വന്തം തറവാട്ടിൽ അന്യനാകുമ്പോഴും അവിടെ നിന്ന് വല്യമ്മാമൻ നിർദ്ദയം ആട്ടിപ്പുറത്താക്കുമ്പോഴും മനസ്സിൽ വേദന തോന്നിയിട്ടുണ്ട്. ഓർമ്മകൾ നാമ്പെടുക്കും മുമ്പാണ് അവന്റെ അച്ഛൻ മരിക്കുന്നത്.

അക്കാലത്ത് ഭർത്താവ് നഷ്ടപ്പെട്ട പാറുക്കുട്ടിയെ സഹായിക്കാനെത്തുന്ന തെങ്ങിൻപൊറ്റയിൽ ശങ്കരൻ നായർക്ക് ദുരുദ്ദേശ്യങ്ങളൊന്നുമില്ലായിരുന്നു.

ആണും തണലുമില്ലാതെ പാറുക്കുട്ടിക്ക് തന്നാലാകുന്ന സഹായ

ങ്ങൾ ചെയ്യുക.

ശങ്കരൻ നായരും എം ടിയുടെ സർഗ്ഗശക്തിയിൽ മാത്രം ജനിച്ച മറ്റൊരു കഥാപാത്രമാണ്.

അപവാദങ്ങളുടെ ചുഴികളിൽപ്പെടുന്ന ശങ്കരൻ നായരുടെ അടുപ്പം അപ്പുണ്ണിയുടെ മനസ്സിൽ സംശയങ്ങളുടെ നിഴയൽ പരത്തുന്നു.

അച്ഛന്റെ സ്ഥാനത്ത് മറ്റൊരാളെ കാണാൻ അവന് കഴിയില്ലായിരുന്നു. അമ്മയുടെ മേൽ പുതിയൊരാൾ അവകാശം സ്ഥാപിക്കാൻ ശ്രമിക്കുന്നതും അവനൊട്ടും രസിച്ചില്ല. രക്ഷാകർത്താവിന്റെ സ്ഥാനത്തുപോലും ശങ്കരൻ നായരെ നിർത്താൻ അപ്പുണ്ണിയുടെ മനസ്സ് സമ്മതിക്കുന്നില്ല. അപ്പുണ്ണി അകലാൻ തുടങ്ങിയതോടെ പാറുക്കുട്ടിയുടെ സംരക്ഷണം ശങ്കരൻ നായർക്ക് ഏറ്റെടുക്കേണ്ടി വന്നു. തറവാട് സ്വന്തമാക്കി അമ്മയെ അവൻ അവിടേക്ക് അവസാനം കൊണ്ടുവരുന്നെങ്കിലും ശങ്കരൻ നായർ ജാള്യതയോടെ, അർഹതയില്ലാത്ത ഒരു സ്ഥലത്ത് കടന്നു ചെല്ലാനുള്ള മടിയോടെ പുറത്ത് പരുങ്ങി നില്ക്കുകയാണ്.

കുറ്റകൃത്യം സ്വമനസ്സാലെ ചെയ്തതെങ്കിൽ പോലും ഒളിവുജീവിതം കഴിഞ്ഞ് നാട്ടിൽ തിരിച്ചെത്തുന്ന സെയ്താലിക്കുട്ടിയുടെ മനസ്സിൽ കുറ്റബോധമുണ്ട്. പശ്ചാത്താപമുണ്ട്. താൻ കാരണം അനാഥരായിപ്പോയ കുടുംബത്തോടുള്ള സഹതാപമുണ്ട്.

കണ്ടുമുട്ടിയതു മുതൽ അപ്പുണ്ണിയുടെ സെയ്താലിക്കുട്ടിയോടുള്ള പക അയാളുടെ സാന്ത്വനങ്ങൾക്കും സ്നേഹത്തിനും മുമ്പിൽ ആറിത്തണുക്കുന്നുണ്ട്.

കൂടല്ലൂരിനെക്കുറിച്ചുള്ള ഒട്ടേറെ സൂചനകളും ചിഹ്നങ്ങളും നാലുകെട്ടിലുണ്ട്.

"മുത്തളീം കുന്നത്തെ ശിവരാത്രി
കൊടിക്കുന്നത്ത് കാവിലെ കുരുതി
നരിമാളൻ കുന്ന്
തൃത്താല സ്കൂൾ
കരുണൂര് പാലം"

കൂടല്ലൂരിലെ കാരണവന്മാർ പണ്ടു മുതലേ അവരുടെ വാമൊഴികളിൽ ദേശത്തെ നാലായി തിരിച്ച് മനസ്സിൽ സൂക്ഷിച്ചിരുന്നു. റവന്യൂ രേഖകാണില്ലെങ്കിലും തിരിച്ചറിവ് എളുപ്പമാക്കാൻ വടക്കുംമുറി, തെക്കുംമുറി, പടിഞ്ഞാറ്റുംമുറി, കിഴക്കുംമുറി എന്നിങ്ങനെ അതിരുകളിടാത്ത ഒരു ദേശവിഭജനം അവരുടെ വാമൊഴികളിൽ വരച്ചു ചേർത്തിരുന്നു.

കല്ലേക്കളം എന്നു പേരുള്ള രണ്ട് വീടുകൾ വടക്കുംമുറിയിൽ ഉണ്ടായിരുന്നതുകൊണ്ടാണ് തിരിച്ചറിവിനുള്ള സൂചനയായി ഒരു വീടിനെ ഓടിട്ട കല്ലേക്കളം എന്ന് വിശേഷിപ്പിക്കും.

*നാലുകെട്ടി*ലെ രചനാ കലഘട്ടത്തിൽനിന്നും അത്രയൊന്നും മാറിയിട്ടില്ല കൂടല്ലൂർ അങ്ങാടി.

"ഒരു കണ്ടം കടന്നാൽ അങ്ങാടിയായി. പുഴവക്കത്തുതന്നെയാണ്

അങ്ങാടി. എല്ലാം വൈക്കോൽ മേഞ്ഞ പീടികകളാണ്. ഓടിട്ട പീടിക ഒന്നേയുള്ളു. അതിൽ കച്ചവടമില്ല. മുകളിൽ ആരോ താമസമാണ്–" (പുറം 9)

ഇന്ന് വൈക്കോൽ മേഞ്ഞ പീടികകൾ ഇല്ലെന്നു പറയാം.

ഓടിട്ട പീടികകളുടെ എണ്ണം വർദ്ധിച്ചു. ഇടയിൽ ചില വാർപ്പ് കെട്ടിടങ്ങൾ വന്നു.

കൂടല്ലൂരിൽ വളരെ മുമ്പുണ്ടായിരുന്ന ഒരു അടയ്ക്ക വെട്ടുപുരയെ നോവലിൽ പരാമർശിച്ചിട്ടുണ്ട്. പുളിക്കപ്പറമ്പിൽ കുഞ്ഞാപ്പു ഹാജിയും ആനക്കര ബാപ്പു ഹാജിയും പങ്കു ചേർന്ന് നടത്തിയ കൂടല്ലൂരിലെ ആദ്യത്തെ വ്യവസായ സ്ഥാപനം എന്നു വിശേഷിപ്പിക്കാം. അടയ്ക്ക വെട്ടുപുര നിന്നേടത്ത് മറ്റാരുടെയോ ഉടമസ്ഥതയിൽ ഒരു തീപ്പെട്ടി കമ്പനി വന്നു. പിന്നീടതും പൊളിഞ്ഞു.

അടയ്ക്ക വെട്ടുപുരയുടെ ഉടമസ്ഥരിൽ ഒരാളായ പുളിക്കപ്പറമ്പിൽ കുഞ്ഞാപ്പു ഹാജി സിങ്കപ്പൂരിൽ പോയിട്ടുണ്ട്. കൂടല്ലൂരിലെ ആദ്യ പ്രവാസി ഇദ്ദേഹമായിരിക്കും. പാമ്പ് കടിയേറ്റുവരുന്നവർക്ക് മന്ത്രം ജപിച്ചൂതി വെള്ളം നല്കിയിരുന്നതുകൊണ്ട് വിഷവൈദ്യൻ കുഞ്ഞാപ്പു ഹാജി എന്നും ഇദ്ദേഹത്തെ വിളിച്ചിരുന്നു. രണ്ട് ഹാജിമാരും ജീവിച്ചിരിപ്പില്ല. മക്കളും പേരക്കുട്ടികളുമുണ്ട് കൂടല്ലൂരിൽ.

നോവലിൽ എം ടി സ്വന്തം കുടുംബത്തിന്റെ ചില സൂചനകൾ നല്കിയിട്ടുണ്ട്.

"കൂടല്ലൂരിൽ കപ്പല് കയറിയ പെണ്ണുങ്ങൾ രണ്ടേയുള്ളു. ഒന്ന് കുന്നിൽ പുറത്ത് പുതിയ മാളികവീട് കെട്ടി താമസിക്കുന്ന അമ്മാളു അമ്മ. അവരുടെ ഭർത്താവിന് കൊളമ്പിലായിരുന്നു ജോലി. അമ്മാളു അമ്മയ്ക്ക് സഹായത്തിന് പോയതാണ് മുത്താച്ചി–" (പുറം 24)

എം ടിയുടെ അച്ഛൻ ടി നാരായണൻ നായർ പുന്നയൂർക്കുളത്തിൽ നിന്ന് കൂടല്ലൂരിലെ ഒരു സ്കൂളിൽ കുട്ടികളെ ഇംഗ്ലീഷ് പഠിപ്പിക്കാൻ വന്നതായിരുന്നു. മാടത്ത് തെക്കെപ്പാട്ടെ നാരായണി അമ്മയുടെ മൂത്ത മകൾ അമ്മാളുകുട്ടിയെ വിവാഹം കഴിക്കുന്നു. അദ്ധ്യാപക ജോലിയിൽ നിന്ന് കിട്ടുന്ന പ്രതിഫലം കുടുംബം പോറ്റാൻ തികയാതെയായപ്പോൾ പാലപ്പിള്ളി എസ്റ്റേറ്റിൽ റൈട്ടറായി. പിന്നെ കൊളമ്പിൽ പോയി.

എം ടിയുടെ അമ്മ കൊളമ്പിൽ പോകുന്നത് ഭർത്താവിന്റെ കൂടെയാണ്. സഹായത്തിന് കൊട്ടിലിലെ മുത്താച്ചിയെ കൊണ്ടുപോയി. എല്ലാവരും മുത്താച്ചി എന്നു വിളിക്കുന്നതല്ലാതെ ഇവർക്ക് വീടോ ഉറ്റവരോ ഉടയവരോ ഉള്ളതായി അറിവില്ല.

മുത്താച്ചി എല്ലാ വീടുകളിലും പോവും അവിടത്തെ വിശേഷങ്ങൾ മറ്റു വീടുകളിലെത്തിക്കും.

എം ടി യുടെ അമ്മ കുറച്ചുകാലമേ സിലോണിൽ ഉണ്ടായിട്ടുള്ളു. കൊളമ്പിൽ നിന്നയച്ചു കിട്ടുന്ന പണം അമ്മയും സഹോദരിയും രണ്ടു സഹോദരന്മാരുമടങ്ങുന്ന തന്റെ കുടുംബത്തിലെ കഷ്ടപ്പാടുകൾക്ക്

പ്രയോജനപ്പെടുമല്ലോ എന്ന് കരുതിയാണത്രെ അവർ ഉടൻ നാട്ടിലേക്ക് തിരിച്ചത്. എം ടി യുടെ മുത്തശ്ശിക്ക് നാല് മക്കളുണ്ടായിരുന്നു. മൂത്ത വൾ അമ്മാളു കുട്ടി (എം ടിയുടെ അമ്മ), അമ്മാളുകുട്ടിക്ക് താഴെ കുഞ്ഞി കുട്ടി (എം ടിയുടെ ചെറിയമ്മ), അച്ചുതൻ (എം ടിയുടെ അച്ചുമ്മാമ), ഏറ്റവും താഴെ ശേഖർ (എം ടിയുടെ കുട്ടമ്മാമ), മുത്തശ്ശിയും മക്കളും ജീവിച്ചിരിപ്പില്ല. രണ്ട് ഇല്ലങ്ങളിൽ മുത്താച്ചി സന്ദർശനം നടത്താറുള്ള തായി പറയുന്നു.

മാങ്കോത്ത് ഇല്ലം.

തേന്തേത്ത് ഇല്ലം.

രണ്ടു നമ്പൂതിരിഗൃഹങ്ങളും ഇന്നും കൂടല്ലൂരിലുണ്ട്. നോവലിൽ ശക്തമായ ഒരു പ്രണയബന്ധത്തിന്റെ വിവരങ്ങളില്ല. എന്നാൽ അപ്പു ണ്ണിയുടെ കൗമാര സ്വപ്നങ്ങൾക്ക് നിറച്ചാർത്താവുന്ന തന്നേക്കാൾ പ്രായ ക്കൂടുതലുള്ള വല്യമ്മാമയുടെ മകൾ അമ്മിണിയേടത്തിയുമായുള്ള ആദ്യാനുരാഗത്തിന്റെ മഴവില്ല് തെളിയുന്നുണ്ട്.

കോണിമുറിയുടെ ഇരുട്ടിലേക്ക്, കോണിപ്പടികളിൽ ശബ്ദമുണ്ടാ ക്കാതെ, മുകളിലെ മുറിയിൽ നിന്ന് അമ്മിണിയേട്ത്തി ഇറങ്ങി വരുന്നു. ചൂടുള്ള അമ്മിണിയേടത്തിയുടെ നിശ്വാസങ്ങൾ അപ്പുണ്ണിയുടെ നെറ്റി യിലും കവിളിലുമെല്ലാം പതിക്കുന്നുണ്ട്. അപ്പുണ്ണിയുടെ തണുപ്പിലേക്ക് ചൂടുപകർന്ന അമ്മിണിയേട്ത്തി ഒരു സ്വപ്നമായിരുന്നോ എന്നുപോലും സംശയിക്കുന്ന പുലർകാലത്ത് കിടക്കപ്പായയിൽ ചുവന്ന കുപ്പിവളപ്പൊ ട്ടുകൾ. അകത്ത് സ്വർണ്ണ നൂലിട്ടപോലെ തിളങ്ങുന്ന മഞ്ഞ രേഖകളുള്ള ചുവന്ന വളപ്പൊട്ടുകൾ.

ഉദ്യോഗസ്ഥനായി തറവാട്ടിൽ തിരിച്ചെത്തുന്ന അപ്പുണ്ണി ആ കോണി ച്ചോട്ടിൽ നില്ക്കുമ്പോൾ വീണ്ടും കുപ്പിവളകൾ തിളങ്ങുന്നുണ്ടെന്ന് തോന്നി. മുല്ലപ്പൂവിന്റെയും മട്ടിപ്പശയുടെയും മണം തങ്ങിനില്ക്കുന്നു ണ്ടെന്ന് തോന്നി.

ആദ്യ പ്രസവത്തിൽ അമ്മിണിയേട്ത്തി മരിച്ചുപോയി എന്നറിയു ന്നത് തറവാട് സ്വന്തമാക്കാനായി തിരിച്ചു വന്നപ്പോഴാണ്. ആ കോണി മുറിയിൽ നില്ക്കുമ്പോൾ അയാൾ അമ്മിണിയേട്ത്തിയുടെ സാന്നിദ്ധ്യം കൊതിച്ചു പോവുകയാണോ? നാലുകെട്ടിൽ അടിച്ചമർത്തപ്പെടുന്ന, അവ ഗണിക്കപ്പെടുന്ന വേറെയും കഥാപാത്രങ്ങളുണ്ട്.

ചെറിയച്ഛൻ -മരുമക്കൾക്ക് സ്വത്തുക്കൾ തീറെഴുതി കൊടുത്ത് ഭാര്യ വീട്ടിൽ അന്യനായി കഴിയേണ്ടി വന്ന ഒരാൾ - കച്ചവടമുണ്ടായിരുന്നു. (ഇദ്ദേഹം എം ടിയുടെ സ്വന്തം ചെറിയച്ഛൻ തന്നെയായിരുന്നു- അദ്ദേഹ ത്തെപ്പറ്റി കേട്ടിട്ടുള്ളത് കൊടിക്കുന്നത്ത് കാവിലെ കിഴക്കേനടയിൽ കച്ച വടക്കാരനായിരുന്നു എന്നാണ്. തനിക്ക് അവകാശപ്പെട്ട ഭൂസ്വത്തുക്കൾ മുഴുവൻ മരുമക്കൾക്ക് പ്രതിഫലം വാങ്ങാതെ തീറെഴുതി കൊടുത്ത ആൾ - വാർദ്ധക്യകാലത്ത് ഭാര്യ വീട്ടിൽ വന്ന് താമസിക്കേണ്ടി വന്നു അദ്ദേഹത്തിന്)

മാളു

മാളുവിന്റെ അച്ഛനായ കുട്ടമ്മാമ

മീനാക്ഷ്യേട്ത്തി

ഇവരൊക്കെ തന്നെ അവഗണിക്കപ്പെട്ട് നാലുകെട്ടിൽ ജീവിതം തള്ളി നീക്കുന്നവരാണ്.

എം ടി ആത്മകഥ എഴുതിയിട്ടില്ല. എഴുതുമെന്നും തോന്നുന്നില്ല. എം ടി യുടെ ആത്മകഥയുടെ അംശങ്ങൾ കൃതികളിലുണ്ട്. എഴുതിയ ലേഖനങ്ങളിലും പലപ്പോഴായി നടത്തിയിട്ടുള്ള പ്രസംഗങ്ങളിലുമുണ്ട്.

കൂടല്ലൂരിൽ എം ടി ആദ്യാക്ഷരം കുറിച്ച കോപ്പൻ മാഷ്ടെ സ്കൂൾ ഉണ്ടായിരുന്നു. അറിഞ്ഞേടത്തോളം ഒരു ഏകാദ്ധ്യാപക വിദ്യാലയം. കോപ്പൻ മാഷ് ദളിതനോ ഈഴവനോ എന്നറിയില്ല. ജാതി നോക്കാതെ നമ്പൂതിരിക്കും ഈഴവനും ദളിതനും സ്കൂളിൽ പഠിച്ചിരുന്നു. വികൃതിയും വാശിക്കാരനുമായ വാസുവിനെ പഠിക്കാനുള്ള പ്രായമെത്തും മുൻപ് കോപ്പൻമാഷുടെ സ്കൂൾ കൊണ്ടുപോയിരുത്തി. സഹപാഠികൾക്ക് വാസുവിനേക്കാൾ പ്രായമുണ്ടായിരുന്നു. അവരിൽ രണ്ടുപേർ ഇന്നും കൂടല്ലൂരിൽ ജീവിച്ചിരിക്കുന്നു.

വലിയ വളപ്പിൽ കിട്ട.

കോത്തളങ്ങാട്ടേതിൽ രാവുണ്ണി നായർ.

വിഷം അകത്തുചെന്ന് അവശനായി പാതയോരത്തിരുന്ന കോന്തുണ്ണി നായരെ താങ്ങിയെടുത്ത് കൊണ്ടുവന്നത് വലിയ വളപ്പിൽ ചന്തുവാണ്. ഇപ്പോഴും കൂടല്ലൂരിൽ ജീവിച്ചിരിക്കുന്ന വലിയ വളപ്പിൽ കിട്ടയുടെ ജ്യേഷ്ഠൻ.

മാടത്ത് തെക്കെപ്പാട്ടെ മറ്റൊരു താവഴിയിലെ കാരണവരായിരുന്ന പരമേശ്വരേട്ടൻ (എം ടി പരമേശ്വരൻ നായർ ചിത്രകാരനായ അച്യുതൻ കൂടല്ലൂരിന്റെ അച്ഛൻ) എം ടി യുടെ പ്രൈമറി സ്കൂളിൽ അദ്ധ്യാപകനായിരുന്നു.

സിലോണിൽ നിന്ന് അച്ഛന്റെ പണം വരാൻ വൈകുമ്പോൾ ചോഴിയത്ത് അച്യുതൻ നായരോട് നൂറുറുപ്പിക കടംവാങ്ങി വരാൻ അമ്മ എം ടി യെ അയച്ചിരുന്നത് എം ടി ഒരു ലേഖനത്തിൽ ഓർമ്മിക്കുന്നുണ്ട്. നല്ല കൃഷിക്കാരനും കഠിനാദ്ധ്വാനിയുമായിരുന്നു ചോഴിയത്ത് അച്യുതൻ നായർ. അച്യുതൻനായരും സഹോദരന്മാരും കൂടല്ലൂരിൽ ജീവിച്ചിരിക്കുന്നില്ല.

നാലുകെട്ട് ഗ്രാമീണ പശ്ചാത്തലത്തിൽ എഴുതിയ നോവലാണ്. നാട്ടിൻപുറത്തുകാരന്റെ കലാവസ്ഥാ നിരീക്ഷണത്തിന് പ്രയോഗിക്കാറുള്ള ചില പദങ്ങളുണ്ട് ഈ നോവലിൽ.

നാല് പറ വർഷം

വായു മണ്ഡലം.

വിഷു ഫലത്തിൽ കണിയാന്റെ കുറിപ്പിലുള്ളതാണ് ഈ വാക്കുകൾ. നാല് പറ വർഷം സമൃദ്ധമായ മഴക്കാലത്തെയും വായുമണ്ഡലം

നല്ല കാറ്റുണ്ടാവുന്ന കാലത്തെയും സൂചിപ്പിക്കുന്നു.

വെള്ളപ്പൊക്കത്തെക്കുറിച്ച് നോവലിൽ ഒരദ്ധ്യായം തന്നെയുണ്ട്. വെള്ളം കയറി തല്ക്കാലത്തേക്കെങ്കിലും കുടിയൊഴിച്ചു പോവേണ്ടി വരുന്ന ആളുകളുടെ ദുരിതങ്ങളിലേക്കും കലിയടങ്ങാത്ത പ്രകൃതി ക്ഷോഭത്തിന്റെ ചിത്രങ്ങളിലേക്കും നോവൽ നമ്മെ നയിക്കുന്നുണ്ട്.

ഒരു പുഴയോര ഗ്രാമത്തിലാണ് കഥ നടക്കുന്നത്.

ഇടവപ്പാതിയുടെ ആരംഭത്തിൽ ചാറ്റൽ മഴയിൽ കടലിലെ ചാകര പോലുള്ള ഒരു പ്രതിഭാസം പുഴയിൽ ഉണ്ടാവുന്നു. പുഴയോരനിവാസികൾ ഏറ്റുമീൻ പിടിക്കുന്നതിൽ വിദഗ്ദ്ധരാണ്. എം ടി യുടെ മുത്തശ്ശനായ പരേതനായ ശ്രീ പുറത്താട്ടിൽ ഗോവിന്ദൻ നായർ ഏറ്റുമീൻ പിടിക്കുന്നതിൽ സമർത്ഥനായിരുന്നുവെന്ന് കേട്ടിട്ടുണ്ട്. ഏറ്റുമീൻ കാലം നോവലിൽ വരുന്നുണ്ട്.

വർഗ്ഗീയ സംഘട്ടനങ്ങൾ കൂടല്ലൂരിൽ നടന്നിട്ടില്ല.

ഹിന്ദുക്കളിലും മുസ്ലീങ്ങളിലും നല്ലവരായ ആളുകളാണ് ഭൂരിഭാഗവും. ചുരുക്കം ചില ആളുകൾ രണ്ടു വിഭാഗത്തിലും വർഗ്ഗീയതയെ മനസ്സിലല്ലെങ്കിലും താലോലിക്കുന്നവരുണ്ട്.

പള്ളിക്ക് മുമ്പിലൂടെ അമ്പലത്തിലെ ഉത്സവത്തിന് കൊട്ടിപ്പോകുന്നതിൽ പ്രതിഷേധമുള്ള ചില മുസ്ലീം അംഗങ്ങൾ. കലാപം ഭയപ്പെടുന്ന ചില ഹിന്ദുക്കൾ. നാലുകെട്ടിന്റെ കാലത്തും ഇങ്ങനെയുള്ള സംശയങ്ങളുടെ സാഹചര്യം ഉണ്ടായിരുന്നതായി നോവലിൽ സൂചിപ്പിച്ചിട്ടുണ്ട്. ചില അപ്രിയ സത്യങ്ങൾ തന്റെ കൃതികളിലൂടെ ആവിഷ്കരിച്ച എം ടി യോട് കുടുംബാംഗങ്ങളിൽ ചിലർക്കും നാട്ടുകാരിൽ ചിലർക്കും നീരസം തോന്നിയിട്ടുണ്ട്.

ദേശത്തിന്റെ സുകൃതമായി പിറന്ന ഈ മഹാപ്രതിഭയോട് സ്നേഹാദരങ്ങൾ സൂക്ഷിക്കുന്നവരാണ് നാട്ടുകാരിൽ ഭൂരിഭാഗവും.

അസൂയപ്പെടുന്നവരുണ്ട്. ഇന്നും മനസ്സിൽ ശത്രുത പുലർത്തുന്ന ആളുകളുടെ ആശ്രിതരും സിൽബന്തികളുമാണ്. ചിലർ സർവ്വജ്ഞ ഭാവം നടിച്ച് എം ടി പൊളിഞ്ഞ തറവാടുകളുടെ കഥയാണ് പറഞ്ഞതെന്ന് ആക്ഷേപിക്കും. ദേശത്തിനു പുറത്തെ പ്രതാപികളുടെയും സമ്പന്നരുടെയും കഥ പറഞ്ഞില്ലെന്ന് ചൂണ്ടിക്കാട്ടി നാടൻ നിരൂപകരാവും.

നാലുകെട്ട് സമൂഹത്തിൽ ഒരു കാലത്ത് നിലനിന്നിരുന്ന ഒരു ദുഷിച്ച വ്യവസ്ഥിതിയുടെ പൊളിച്ചെഴുത്താണ്.

അപ്പുണ്ണിയുടെ പക അവസാനം തിരിയുന്നത് സ്വന്തം തറവാടിന്റെ നേരെയാണ്. സ്വന്തം തറവാട്ടിൽ അന്യനായി നില്ക്കേണ്ടി വന്നതിന്റെയും നിർദ്ദയം അവിടെനിന്ന് ആട്ടിപ്പുറത്താക്കപ്പെട്ടതിന്റെയും അമർഷമാണ് അത്.

കടം കയറി മുടിഞ്ഞ തറവാട് സ്വന്തമാക്കുന്നതിലൂടെയാണ് അപ്പുണ്ണി തന്റെ പക തീർക്കുന്നത്. അയാളുടെ മനസ്സിൽ നിഗൂഢമായ ഒരാനന്ദമുണ്ട്.

അപ്പുണ്ണി ആ പഴയ തറവാട് പൊളിക്കാൻ തന്നെ തീരുമാനിച്ചിരിക്കുന്നു.

"അമ്മ പേടിക്കണ്ട ഈ നാലുകെട്ട് പൊളിക്കാൻ ഏർപ്പാടു ചെയ്യണം. ഇവിടെ കാറ്റും വെളിച്ചവും കടക്കുന്ന ഒരു ചെറിയ വീടു മതി."

"പൊളിക്കേ? ഭഗോതിരിക്കണ സ്ഥലംല്ലേ–"

അയാൾ ഉറക്കെ ചിരിച്ചു. ആ ചിരിയുടെ ശബ്ദം പൊട്ടിയ ഭിത്തികളിൽ, തുരുമ്പിച്ച തൂണുകളിൽ, ഇരുണ്ട മൂലകളിൽ തട്ടിതിരിച്ചു വന്നു (പുറം 191)

നാലുകെട്ട് ഒരു ദേശത്തിന്റെ മാത്രം കഥയല്ല. ഒരു ദുഷിച്ച വ്യവസ്ഥിതിയുടെ പര്യവസാനമാണ് നാം അതിൽ ദർശിക്കുന്നത്. സമൂഹത്തിൽ സംഭവിക്കുന്ന പരിണാമത്തിന്റെ കഥയാണ് *നാലുകെട്ടിൽ* ചുരുൾ നിവരുന്നത്.

പശ്ചാത്തലമായി ഗ്രാമം തെരഞ്ഞെടുത്തു.

സ്വന്തം കുടുംബത്തിൽനിന്നോ ബന്ധുക്കളിൽനിന്നോ ചില കഥാപാത്രങ്ങളെ ഒരു കാലത്ത് ജീവിച്ചിരുന്നവരുടെ പേരിൽ കണ്ടെത്തിയിരിക്കാം.

നമുക്ക് നിഴലുകളുടെ പിന്നാലെ പോകാതിരിക്കാം.

*നാലുകെട്ടി*ലെ ശക്തമായ പ്രമേയത്തെയും വൈകാരിക തലങ്ങളെയും ആവിഷ്കാര ഭംഗിയെയും വായനക്കാർ സ്വീകരിച്ചതുകൊണ്ടാണ് അമ്പതു വർഷങ്ങൾക്കുശേഷവും അത് വായിക്കപ്പെടുന്നതും വിലയിരുത്തപ്പെടുന്നതും.

5

സ്വർഗ്ഗവാതിൽ തുറന്നുപോയ കുട്ടിനാരായണൻ

സ്വർഗ്ഗവാതിൽ തുറക്കുന്ന സമയം കാത്ത് മരണശയ്യയിൽ കിടക്കുന്നവന്റെ അന്ത്യശ്വാസങ്ങളുടെ ഗതിവിഗതികൾ സസൂക്ഷ്മം നിരീക്ഷിച്ചു നില്ക്കുന്ന ഒരാൾ. മരിക്കാൻ കിടക്കുന്നവന്റെ മുമ്പിൽ തുറക്കപ്പെടുന്നത് സ്വർഗ്ഗമോ നരകമോ എന്തുമാകട്ടെ, മരണപ്പെട്ടാൽ കണ്ണടപ്പിക്കാനും തുറന്നുപിടിച്ച വായടപ്പിക്കാനും മൂർദ്ധാവിലേക്ക് താടിയടക്കി ക്കെട്ടാനും ചൂടാറും മുമ്പ് കൈകാലുകൾ നിവർത്തിവെച്ച് സുഖമായ ഒരു മരണശയനം ഒരുക്കാനും അക്ഷമനായി കാത്തു നില്ക്കുന്ന കൂടല്ലൂരിലെ കുട്ടിനാരായണൻ. സ്വർഗ്ഗവാതിൽ തുറന്ന് കൂടല്ലൂർ ദേശത്തു നിന്നും കുട്ടി നാരായണൻ അപ്രത്യക്ഷനായിരിക്കുന്നു.

കുട്ടിനാരായണനെ അന്വേഷിച്ച് എത്തിയ ഒരാൾ 'അശ്വതി'ക്ക് (എം ടി യുടെ വീട്) മുന്നിൽ നിന്ന് പരുങ്ങുന്നത് കണ്ടു. കഥ വായിച്ച് കുട്ടി നാരായണനെ തേടിയാണ് അയാൾ കൂടല്ലൂരിലേക്ക് വന്നത്.

കൂടല്ലൂർ ദേശത്തിന് രേഖപ്പെടുത്തി വച്ച ഒരു ചരിത്രമില്ല. സാധാരണക്കാരന് എഴുതാൻ ഒരു ആത്മകഥയുമില്ല. എന്നാൽ ദേശത്തിന്റെ ചരിത്രം ഇവിടെ കഥകളായി വന്നു. ഇക്കഥകളിലൊക്കെ നേരിന്റെ കസവു നൂലുകളുണ്ട്.

'അമരന്മാരുടെ നാടാണെന്ന്' എം ടി ഒരിക്കൽ കൂടല്ലൂരിനെ വിശേഷിപ്പിച്ചിട്ടുണ്ട്. എം ടി യുടെ കഥകളിൽ പലരും കൂടല്ലൂരുകാരുമാണ്.

പകിടകളിക്കാരുടെ ഗ്രാമം കൂടിയാണ്. അച്ചുമ്മാമയും കുട്ടമ്മാമയും നല്ല പകിടകളിക്കാരായിരുന്നു. മിടുക്കരായ പകിടകളിക്കാരിൽ ഒരാളായി പത്മനാഭേട്ടനും എണ്ണപ്പെടുന്നു.

കളിക്കളത്തിൽ, രണ്ട് കൈകളിലുമിട്ട് പകിട കരുക്കൾ തിരുമ്മി നെഞ്ചത്തടിച്ച്, ആർത്ത് വിളിച്ച് പകിടയെറിയുന്ന പത്മനാഭൻ എന്ന

പകിടകളിക്കാരനെ കൂടല്ലൂരുകാര് അത്ര എളുപ്പം മറക്കില്ല.

ഒരു ഓണക്കാലത്തെ ഉത്രാടംനാൾ.

തറവാട്ടിൽ പോയി വല്യേട്ടനെ കണ്ട് എം ടി 'അശ്വതി'യിൽ വന്നിരിക്കുന്നു. ഞങ്ങളുടെ വീടിനടുത്ത മുട്ടിപ്പാലത്തിന്റെ പാർശ്വഭിത്തിയിൽ പത്മനാഭേട്ടൻ രാവിലെ മുതൽ കിടക്കുന്നു. മദ്യപിച്ച് ബോധമില്ലാതെയാണ് കിടപ്പ്.

റോഡിലൂടെ കടന്നുപോകുന്നവർ, ഒരു സ്ഥിരം കാഴ്ചയെന്നപോലെ, നോക്കി നോക്കി കടന്നുപോവുന്നു. ചുണ്ടനക്കുന്നതും അവ്യക്തമായ ശബ്ദങ്ങൾ പുറപ്പെടുവിക്കുന്നതും കണ്ടവരുണ്ട്.

ഉച്ചകഴിഞ്ഞപ്പോൾ ആരോ വന്നു പറയുന്നു. "പത്മനാഭൻ മരിച്ചിച്ചിരിക്കുന്നു.' നാവിറങ്ങിപ്പോയതാ, ആരെങ്കിലും വെള്ളം കൊടുത്തിരുന്നെങ്കിൽ രക്ഷപ്പെട്ടേനെ"– കേട്ടറിഞ്ഞവർ കാണാൻ വന്നു. ശാന്തമായ, സുഖകരമായ ഒരു മരണം.

'അശ്വതി'യിൽ നിന്നിറങ്ങിവന്ന് എം ടി ചോദിച്ചു: "ഇവിടെ ഇങ്ങനെ കിടത്തിയാൽ മതിയോ?" കുഞ്ഞാൻ വന്നു. പലരും ശരീരം ഉപേക്ഷിച്ചുപോയവരാണെങ്കിലും വായനക്കാരുടെ മനസ്സിൽ ജീവിച്ചിരിക്കുന്നവരാണ് പലരും. അക്ഷരങ്ങളുടെ മാന്ത്രിക സ്പർശംകൊണ്ട് എം ടി അവർക്കൊക്കെ അമരത്വം നല്കിയിരിക്കുന്നു.

കുട്ടിനാരായണൻ എന്ന പേര് കൂടല്ലൂർകാർക്ക് അറിയില്ല. കഥ വായിച്ച ചെറുപ്പക്കാർ ചോദിച്ചു: "കുട്ടിനാരായണൻ നമ്മുടെ പത്മനാഭേട്ടനല്ലേ." *ആൾക്കൂട്ടത്തിൽ തനിയെ* എന്ന സിനിമ വന്നു കണ്ടവർ ചോദിച്ചു:

"ബാലൻ കെ നായർ വേഷമിട്ട മാഷ് നമ്മുടെ പരമേശ്വരൻ മാഷല്ലേ"

"എനിക്കറിയില്ല."

വാർദ്ധക്യത്തിന്റെ തടവറയിൽപ്പെട്ടുപോയ ഒരാൾ. എം ടി യുടെ മനസ്സിനെ ആർദ്രമാക്കിയിരിക്കാം. സ്വന്തം തിരക്കുകൾക്കിടയിൽ, വൃദ്ധരായ അച്ഛനെയും അമ്മയെയും വേണ്ടതുപോലെ ശ്രദ്ധിക്കാൻ കഴിയാതെ നിന്ന മക്കളെ എം ടി കണ്ടിട്ടുണ്ടാവും.

കഥയിലൂടെ തിരിച്ചറിയുന്ന ഒരാളുണ്ട്, കുട്ടിനാരായണൻ...ഇയാൾ കൂടല്ലൂരുകാരുടെ പത്മനാഭനോ, പത്മനാഭേട്ടനോ ആയിരുന്നു.

'ഇതാ അവിടെ കാണുന്ന പുഴയോരത്തെ പറമ്പിൽ, കുവൈറ്റിൽ നിന്നു വന്ന യുസഫിന്റെ മകൻ ജബ്ബാർ പുതിയ വീട് കെട്ടുന്നു...

കൂടല്ലൂരിലെ കൂട്ടക്കടവിലെത്തിയാൽ ആരും കാണിച്ചുതരും. അവിടെയായിരുന്നു പത്മനാഭേട്ടന്റെ വീട്. പത്മനാഭേട്ടന്റെ അമ്മ കുഞ്ഞമ്മയെ ഞങ്ങൾ ഭദ്രകാളിയെന്ന് സ്വകാര്യമായി വിളിച്ചിരുന്നു. ചിലമ്പിച്ച സ്വരത്തിൽ ഉറക്കെ ഒച്ച വയ്ക്കും കുഞ്ഞമ്മ. കുഞ്ഞമ്മയോട് സംസാരിക്കാൻ ആളുകൾക്ക് പേടിയാണ്. ശുദ്ധഗതിക്കാരിയാണെങ്കിലും വായിൽനിന്നും ചിലപ്പോൾ പുളിച്ച തെറി കേൾക്കേണ്ടി വരും.

അനിയൻ ഡൽഹിയിലെ പഞ്ചനക്ഷത്രഹോട്ടലിലെ റൂംബോയ് ആയിരുന്നു. പിന്നെ സുഖമില്ലാത്ത ഒരു പെങ്ങൾ. അമ്മയും അവിവാഹിതരായ അനിയനും പെങ്ങളും മരിച്ചതിൽ പിന്നെ ആ വീടും പറമ്പും പത്മനാഭേട്ടന് സ്വന്തമായി.

കൂടല്ലൂരിലെ കിഴക്കുംമുറിയിൽ ഒറ്റയാനായി, പരോപകാരിയായി, മുഴുത്ത കള്ളുകുടിയനായി, മരിക്കുംവരെ ജീവിച്ച ആ പത്മനാഭൻ തന്നെയാണ് കുട്ടിനാരായണനായി വേഷം മാറി വായനക്കാരെ, നിങ്ങൾക്കു മുന്നിലെത്തിയത്.

കള്ളുഷാപ്പിനുമുന്നിലും കടത്തിണ്ണയിലും കുടിച്ച് ബോധമില്ലാതെ രാവും പകലും ഒരു കാഴ്ചവസ്തുവായി കിടന്നിരുന്ന ഒരാൾ മൂക്കറ്റം മദ്യപിച്ച് തെച്ചിപ്പൂപോലെ ചുവന്ന കണ്ണുകളും നിലത്തുറയ്ക്കാത്ത കാലുകളും മണ്ണും പൊടിയും നിറഞ്ഞ ശരീരവുമായി, വൃത്തിയും വെടിപ്പുമില്ലാതെ ആടിയാടിവരുന്ന പത്മനാഭേട്ടനെ അത്ര എളുപ്പം മറക്കാനാവില്ല.

വീർത്തുകെട്ടിയ കൺപോളകളും പ്രയാസപ്പെട്ട് ഉയർത്താൻ ശ്രമിച്ച് അയഞ്ഞു പോയ ഉടുമുണ്ടും അരയിലൊതുക്കിപ്പിടിച്ച് അടുത്തു വന്ന് കാതിൽ സ്വകാര്യം പറയാൻ ശ്രമിക്കും.

മണം സഹിക്കാനാവാതെ ഞങ്ങൾ മുഖം തിരിച്ച് രക്ഷപ്പെടാൻ ശ്രമിക്കും.

വടക്കുംമുറിയിൽ, പണ്ട് 'തലമ്മതട്ടി'യും (കോളറ) വസൂരിയും വന്ന് ആളുകൾ മരിച്ചപ്പോൾ, കോരന്റെയും ചാത്തന്റെയും അബ്ദുള്ളക്കുട്ടിയുടെയും വീടുകളിൽ ആദ്യാവസാനം ഈ നായരുട്ടി ഉണ്ടായിരുന്നു. അത്യാപത്തു വരുമ്പോൾ ആദ്യം എത്തുന്നത് പത്മനാഭൻനായരായിരിക്കും. കല്യാണം കഴിച്ചില്ലെങ്കിലും മരിക്കുംവരെ പത്മനാഭൻ നായരെ രണ്ട് സമുദായക്കാരും സ്നേഹിച്ചിരുന്നു. സ്വന്തമായി കിട്ടിയ പുരയിടം തുണ്ടു തുണ്ടായി മുറിച്ചു വിറ്റു. കിടക്കാനൊരിടം പോലുമില്ലാതായപ്പോൾ, കടത്തിണ്ണയിലായി കിടപ്പ്.

6

എം ടി തറവാടിന്റെ സുകൃതം

അമരന്മാരുടെ നാടെന്ന് സ്വന്തം ജന്മദേശത്തെ ഒരിക്കൽ വിശേഷിപ്പിച്ചത് എം ടി തന്നെയാണെന്നാണ് എന്റെ ഓർമ്മ.

കൂടല്ലൂരിന്റെ മണ്ണും മനസ്സും സ്വന്തം കഥകളിലേക്ക് ആവാഹിച്ചെടുത്ത മലയാളത്തിന്റെ പ്രിയപ്പെട്ട കഥാകാരനാണ് എം ടി.

തറവാട് വീട്ടുപേരിന്റെ രണ്ട് വാക്കുകളിലെ ആദ്യത്തെ അക്ഷരങ്ങളിലാണ് വായനക്കാരുടെയും സഹൃദയരുടെയും മനസ്സുകളിൽ ഒരെഴുത്തുകാരൻ എന്ന നിലയിൽ ഇദ്ദേഹം സ്ഥിരപ്രതിഷ്ഠ നേടുന്നത്.

മാടത്ത് തെക്കെപ്പാട്ട് തറവാടിന്റെ ഒരു വിളിപ്പാടകലെയുള്ള ഭാരതപ്പുഴയുടെ തീരത്തുള്ള കൂടല്ലൂർ ഗ്രാമത്തിലെ കുറെ മനുഷ്യരുടെ ജീവിതാനുഭവങ്ങളിൽ നിന്നാണ് അദ്ദേഹം തന്റെ സർഗ്ഗശക്തിക്കുള്ള ഊർജ്ജം സ്വീകരിച്ചത്.

കൂടല്ലൂരിന്റെ പടി കടന്ന് മരണത്തിന്റെ കാണാക്കയങ്ങളിൽ മറഞ്ഞുപോയ എത്രയോ ആളുകളുണ്ട്. എം ടി സമ്മാനിച്ച അക്ഷരങ്ങളുടെ കണ്ണടച്ചില്ലിലൂടെ അവരിൽ ചിലരെ ഇപ്പോഴും നമുക്ക് തിരിച്ചറിയാനാവും.

ഏറെ വായനക്കാരും എഴുത്തുകാരും സാഹിത്യവിദ്യാർത്ഥികളും ആരാധകരും ഈ മണ്ണിലേക്ക് ഒരു തീർത്ഥാടനത്തിനെന്നപോലെ ഇടവേളകൾ വിട്ട് കടന്നു വരാറുണ്ട്.

*നാലുകെട്ടി*ലെ അപ്പുണ്ണിയെയും അമ്മിണിയേടത്തിയെയും കോന്തുണ്ണി നായരെയും പാറുക്കുട്ടിയെയും അവർ അന്വേഷിക്കുന്നു. *അസുരവിത്തി*ലെ ഗോവിന്ദൻ കുട്ടി, *ഇരുട്ടിന്റെ ആത്മാവി*ലെ ഭ്രാന്തൻ വേലായുധൻ, *കുട്ട്യേടത്തി*യിലെ കാതുമുറിച്ച മീനാക്ഷേടത്തി, *കാലത്തി*ലെ സുമിത്ര– അറിയേണ്ട ആളുകളുടെ ഒരു നീണ്ട കുറിപ്പുണ്ട് അവരുടെ കൈയിൽ.

താന്നിക്കുന്നും കൈത ഇടവഴിയും കുമാർതോടും കുരുതിപ്പറമ്പും കൂടല്ലൂരിലെ ഭൂപടത്തിൽ എനിക്ക് അടയാളപ്പെടുത്തിത്തരാൻ കഴിഞ്ഞേക്കും. വടക്കുംമുറിയും തെക്കുംമുറിയും കിഴക്കുംമുറിയും പടിഞ്ഞാറ്റിൻ മുറിയും ആയി കാരണവന്മാർ ഈ പ്രദേശത്തെ പണ്ടുമുതലേ അതിരുകളില്ലാതെ വിഭജിച്ചു വച്ചിട്ടുണ്ട്. വീടുകളുടെയും സ്ഥലങ്ങളുടെയും ഓരോ പ്രദേശത്തും താമസിക്കുന്ന ആളുകളുടെയും തിരിച്ചറിയൽ എത്രമാത്രം എളുപ്പത്തിലാണ് അവർ ഈ വിഭജനത്തിലൂടെ സാദ്ധ്യമാക്കിയിരിക്കുന്നത്.

കുടുംബാംഗങ്ങളും ബന്ധുക്കളും ചമയങ്ങളില്ലാതെ തന്നെ എം ടി കഥകളുടെ വെളിച്ചത്തിലേക്ക് കടന്നുവന്നിരിക്കുന്നു.

കൂടല്ലൂരിലെ സംഭവങ്ങളും ആളുകളും എം ടി യുടെ രചനകളെ സ്വാധീനിച്ചിട്ടുണ്ട്. ഈ എഴുത്തുകാരനെ സംബന്ധിച്ചിടത്തോളം കേട്ടറിവുകൾ പോലും ശക്തമായ കഥകളുടെ രൂപഘടനയ്ക്കും ഭാവതീവ്രതയ്ക്കും വൈകാരിക തലത്തിനും പ്രചോദനമായി.

*നാലുകെട്ടി*ലെ കോന്തുണ്ണി നായരെയും *ഇരുട്ടിന്റെ ആത്മാവി*ലെ വേലായുധനെയും അവർ ജീവിച്ചിരുന്ന കാലപരിഗണന വച്ചു നോക്കിയാൽ എം ടി കണ്ടിട്ടുണ്ടോ എന്ന് പോലും എനിക്കറിയില്ല. കണ്ടിട്ടുണ്ടെങ്കിൽ തന്നെ ഓർമ്മകളിൽ വേരുപിടിക്കാൻ മാത്രം പ്രായമാവാത്ത എം ടി യുടെ ശൈശവനാളുകളിലാവാനേ സാദ്ധ്യതയുള്ളൂ.

മനുഷ്യമനസ്സുകളെ അപഗ്രഥിക്കാനും അവരുടെ വികാരവിചാരങ്ങളെ ഉൾക്കൊണ്ട് യാഥാർത്ഥ്യമായി അവതരിപ്പിക്കാനും എം ടി കാണിച്ച രചനാവൈഭവമായിരിക്കാം ഇത്രയേറെ വായനക്കാരെയും ആരാധകരെയും അദ്ദേഹത്തിന് സ്വന്തമാക്കാൻ സഹായിച്ചത്.

കൂടല്ലൂർക്കാരന്റെ മനസ്സും വികാരങ്ങളും വിചാരങ്ങളും തന്നെയായിരിക്കും ലോകത്ത് എവിടെയായാലും ജനിക്കാനും ജീവിക്കാനും വിധിക്കപ്പെട്ട മനുഷ്യന്റേതെന്ന് തിരിച്ചറിഞ്ഞ എഴുത്തുകാരനാണ് അദ്ദേഹം.

ഓരോരുത്തരുടെയും ചലനങ്ങളും ശബ്ദങ്ങളും വാമൊഴിരീതികളും ഇത്രയേറെ സസൂക്ഷ്മം നിരീക്ഷിച്ച്, മനസ്സിൽ ദീർഘകാലം സൂക്ഷിച്ച് രചനയുടെ ഘട്ടങ്ങളിൽ പുറത്തെടുത്ത്, കരവിരുതോടെ പ്രയോഗിച്ച മറ്റൊരു എഴുത്തുകാരൻ മലയാളത്തിലുണ്ടോ എന്ന് സംശയമാണ്.

ഇതിനകം ആഗോളതലത്തിൽ തന്നെ ശ്രദ്ധേയനായി കഴിഞ്ഞിട്ടുള്ള പ്രസിദ്ധ ചിത്രകാരനായ അച്യുതൻ കൂടല്ലൂരും ഞാനും അടക്കമുള്ള കുറെ ആളുകൾ വായിക്കാനും കൂടല്ലൂരിലിരുന്ന് കുത്തിക്കുറിക്കാനും തുടങ്ങുന്നത്, എം ടി എന്ന കൂടല്ലൂരിൽ ജനിച്ച എഴുത്തുകാരൻ, ഞങ്ങളിൽ സ്വാധീനം ചെലുത്തിയതുകൊണ്ടാണ്.

എം ടി യുടെയും എന്റെയും അദ്ധ്യാപകനും ഞങ്ങളുടെ മറ്റൊരു താവഴിയിലെ കാരണവരുമായിരുന്ന എം ടി പരമേശ്വരൻ നായരുടെ മകനാണ് അച്യുതൻ കൂടല്ലൂർ.

ഹൈസ്കൂളിൽ പഠിക്കുമ്പോൾ *മാതൃഭൂമി* ബാലപംക്തിയിൽ അച്യു

തനും ഞാനും എഴുതിയ കവിതകൾ പ്രസിദ്ധീകരിച്ചു വന്നു. അച്യുതൻ കൂടല്ലൂർ മലയാളത്തിലെ പ്രമുഖ പ്രസിദ്ധീകരണങ്ങളിൽ കഥകൾ എഴുതിയിട്ടുണ്ട്. പിന്നീടാണ് അക്ഷരങ്ങളെവിട്ട്, അച്യുതൻ കൂടല്ലൂർ വർണ്ണങ്ങളുടെയും വരകളുടെയും വഴി തെരഞ്ഞെടുക്കുന്നത്. (മലയാളത്തിലെ ഒരെഴുത്തുകാരന് കിട്ടുന്നതിനേക്കാൾ കൂടുതൽ പണവും പ്രശസ്തിയും അച്യുതൻ കൂടല്ലൂർ എന്ന ചിത്രകാരൻ ഇന്ന് സ്വന്തമാക്കി കഴിഞ്ഞിരിക്കുന്നു.)

ചുരുക്കം ചില കഥകൾ എഴുതി ഞാൻ കഥയെഴുത്ത് പൂർണ്ണമായും ഉപേക്ഷിച്ചു. പണി ചെയ്യാൻ വയ്യാതായ ഒരു മൂത്താശാരിയെപ്പോലെ ഇടക്കാലത്ത് ഞാൻ കുറച്ച് ബാലകവിതകളും എഴുതി.

എഴുത്തുകാരനാവാൻ ആഗ്രഹിച്ച ഞങ്ങളിൽ ആർക്കും എം ടിയിൽനിന്ന് ഒരിക്കലും ഒരു പ്രോത്സാഹനവും ലഭിച്ചിട്ടില്ല. ഒരു കാലത്ത് ഞങ്ങൾക്കതിൽ പരിഭവവും തോന്നിയിരുന്നു.

കൂടല്ലൂരിലെ മണ്ണിൽനിന്ന് ഞങ്ങൾക്കാർക്കും ഇനി അക്ഷരങ്ങളിൽ പകർത്താൻ ഒന്നുമില്ലെന്ന് പലപ്പോഴും തോന്നിയിട്ടുണ്ട്.

ഒരു മഹാവൃക്ഷത്തിനു ചുവട്ടിൽ 'അപ്പയും കുറുന്തോട്ടി'യും വളരില്ലെന്ന തിരിച്ചറിവ് എന്നെപ്പോലുള്ളവരെ എഴുത്തിൽനിന്ന് പിന്തിരിപ്പിക്കാൻ പ്രേരിപ്പിച്ചു എന്ന് പറയുന്നതാവും ശരി.

കോന്തുണ്ണി നായരും ഗോവിന്ദൻകുട്ടിയും വൈരൂപ്യമകറ്റാൻ കാതിലെ മുഴ സ്വയം അറുത്ത് മാറ്റിയ, തൂങ്ങി മരിച്ച മീനാക്ഷിയേടത്തിയും മാടത്ത് തെക്കെപ്പാട്ടെ ചില താവഴികളിൽ ജീവിച്ചിരുന്നവരാണ്. എം ടി യുടെ അക്ഷരങ്ങളുടെ മാന്ത്രികസ്പർശത്താൽ ഇവരൊക്കെ അമരന്മാരായിതീർന്നിരിക്കുന്നു. അവരെ തെരഞ്ഞ് ഇപ്പോഴും വായനക്കാരും ആരാധകരും കൂടല്ലൂരിലെത്തുന്നു.

പത്തു പന്ത്രണ്ട് വയസ്സിന്റെ ഇളപ്പമുള്ള എനിക്ക് 'വാസു'വിന്റെ ബാല്യത്തെക്കുറിച്ചുള്ള അറിവുകൾ എന്റെ അമ്മയിൽ നിന്നാണ് കേട്ടത്.

സ്കൂളിൽ ചേർക്കാനുള്ള പ്രായമെത്തും മുമ്പ് 'കോപ്പൻ മാഷടെ' സ്കൂളിൽ കൊണ്ടുപോയി ഇരുത്തിത്തുടങ്ങിയ വാശിക്കാരനും വികൃതിയുമായ 'വാസു'വിനെക്കുറിച്ച് അമ്മ വാചാലയാവുന്നത് ഞാൻ പലപ്പോഴും കണ്ടിട്ടുണ്ട്. (കോപ്പൻ മാഷടെ സ്കൂൾ – എം ടി യുടെ ബാല്യകാലത്ത് കൂടല്ലൂരിലെ വടക്കുംമുറിയിൽ ഉണ്ടായിരുന്ന ഒരു സ്വകാര്യ ഏകാദ്ധ്യാപക വിദ്യാലയം)

വല്യമ്മയും എന്റെ അമ്മയും രണ്ട് ആങ്ങളമാരും ഒരുമിച്ചാണ് ഒരു താവഴിയായി തറവാട്ടിൽ താമസിക്കുന്നത്.

മകൻ പ്രശസ്തിയിലെത്തുംമുമ്പ് വല്യമ്മ (എം ടി യുടെ അമ്മ) മരിച്ചു. അനിയത്തിയുടെയും ആങ്ങളമാരുടെയും സുഖവും ക്ഷേമവും കൊതിച്ച് സ്വന്തം സൗഭാഗ്യങ്ങൾ വലിച്ചെറിഞ്ഞ ഒരു വലിയ മനസ്സിന്റെ ഉടമയായിരുന്നു വല്യമ്മ. ഈ ഏട്ടത്തിയെക്കുറിച്ചോർത്ത് അമ്മ പലപ്പോഴും കരയുന്നതും ഞാൻ കണ്ടിട്ടുണ്ട്.

പ്രശസ്തനായ എഴുത്തുകാരന്റെ ചെറിയമ്മ എന്ന നിലയിൽ കൂടല്ലൂരിലെത്തുന്ന എഴുത്തുകാരും പത്രപ്രവർത്തകരും അമ്മയെ വന്ന് കണ്ടിരുന്നതും 'വാസു'വിന്റെ ബാല്യത്തെക്കുറിച്ച് ചോദിച്ചറിഞ്ഞതും ഞാൻ ഓർക്കുന്നു. എം ടി യെക്കുറിച്ചുള്ള ചില ഫീച്ചറുകളിൽ ചെറിയമ്മയുടെ പടം പത്രങ്ങളിൽ അച്ചടിച്ചുവരുകയും അവരെപ്പറ്റി പരാമർശിക്കുകയും ചെയ്തു. എന്റെ അമ്മ ഭാഗ്യവതിയാണെന്ന് ഞാൻ വിശ്വസിച്ചിരുന്നു. സൂര്യതേജസ്സായി പിറന്ന ജ്യേഷ്ഠത്തിയിലൂടെ ഈ മകനെക്കുറിച്ച് എപ്പോഴും അമ്മ അഭിമാനിച്ചിരുന്നു.

എന്റെ അമ്മ മരിക്കുംവരെ കൂടല്ലൂരിൽ വരുമ്പോഴൊക്കെ 'ചെറിയമ്മയെ' വന്നു കാണാൻ എം ടി എന്റെ വീട്ടിൽ വരാറുണ്ട്.

ജ്യേഷ്ഠത്തിയുടെ 'വലിയ മനസ്സ്', ഇളയ മകനായ വാസുവിനാണ് കിട്ടിയിട്ടുള്ളതെന്ന് അമ്മ പറയാറുണ്ടായിരുന്നു. അത് ശരിയാണെന്ന് ചില അവസരങ്ങളിൽ എനിക്ക് ബോദ്ധ്യപ്പെട്ടിട്ടുണ്ട്.

എം ടി ആശുപത്രിയിൽ സുഖമില്ലാതെ കിടന്നപ്പോൾ ഞങ്ങൾ കുടുംബാംഗങ്ങൾ ദിവസവും 'കൊടിക്കുന്നത്തമ്മ'യോട് പ്രാർത്ഥിച്ചു. 'എത്രയും വേഗം സുഖം പ്രാപിക്കാൻ സഹായിക്കണേ.'

ഞങ്ങളുടെ തറവാട് വീടിന്റെ മച്ചിലുണ്ടെന്ന് വിശ്വസിക്കുന്ന കൊടിക്കുന്നത്തമ്മ ഞങ്ങളിൽ ഓരോരുത്തരെയും സംരക്ഷിക്കും– ഞങ്ങൾക്ക് മുന്നിലും പിന്നിലും സദാ അമ്മയുണ്ടാവും.

ആശുപത്രി വിട്ട് വന്നാൽ കൊടിക്കുന്നത്ത് നേർന്ന 'വഴിപാട്' കഴിക്കണം. വിശ്രമിക്കുമ്പോൾ വഴിപാടിനെക്കുറിച്ച് പറഞ്ഞു: "കൊടുക്കുന്നത്ത് പോയി തൊഴണം."

ആ നിർബ്ബന്ധത്തിന് വഴങ്ങാതിരിക്കാൻ എം ടി ക്ക് കഴിയില്ല.

കൊടിക്കുന്നത്തെ കിഴക്കെ നടയിലെത്തിയപ്പോൾ കൂടെയുണ്ടായിരുന്ന എന്നോട് ചോദിച്ചു:

"നിനക്കറിയോ– നിന്റെ അച്ഛന് ഇവിടെ ഒരു പീടികയുണ്ടായിരുന്നു."

കൊടിക്കുന്നത്തെ കിഴക്കേനടയിൽ എന്റെ അച്ഛന് ഒരു പലചരക്ക് കച്ചവടമുണ്ടായിരുന്നതായി കേട്ടിട്ടുണ്ട്. ഞാൻ ജനിക്കുമ്പോൾ കച്ചവടമൊക്കെ നിർത്തി, അച്ഛൻ എന്റെ വീട്ടിലായിരുന്നു താമസം. അച്ഛന്റെ തറവാട് സ്വത്തുക്കളൊക്കെ മരുമക്കൾക്ക് പ്രതിഫലം വാങ്ങാതെ തീറെഴുതിക്കൊടുത്ത് കച്ചവടം ചെയ്ത് കിട്ടിയ ഒരു ചെറിയ സമ്പാദ്യവുമായാണ് കൂടല്ലൂരിലെ ഭാര്യവീട്ടിൽ താമസത്തിനെത്തുന്നത്.

സ്വത്ത് സംബന്ധിച്ച് അച്ഛനും മക്കളും തമ്മിൽ തർക്കങ്ങളുണ്ടായിരുന്നു. അച്ഛന്റെ മരുമക്കൾ എന്റെ അമ്മയുടെ ശത്രുക്കളായിരുന്നു. അച്ഛന്റെ വീടോ പീടികയോ ഞാൻ കണ്ടിട്ടില്ല. തന്റെ ചെറുപ്പത്തിൽ എം ടി എന്റെ അച്ഛന്റെ വീട്ടിൽ പോയിട്ടുണ്ട്. പുഴ കടന്നാൽ എന്റെ അച്ഛന്റെ വീടായി. ചെറിയമ്മയുടെ കൂടെ എം ടി ചെറിയച്ഛന്റെ വീട്ടിൽ പോയി ഇടയ്ക്ക് താമസിച്ചിട്ടുണ്ട്. ഏഴ് പതിറ്റാണ്ടുകൾക്ക് ശേഷവും തന്റെ ചെറുപ്പത്തിലെ കുടുംബബന്ധങ്ങൾ ഉണ്ണ്യേട്ടൻ ഓർമ്മിക്കുന്നു.

തിരക്കുകൾക്കിടയിലും ചെറിയച്ഛനെ ഓർമ്മിക്കുന്നു.

(മനസ്സില്ലാ മനസ്സോടെ ഭാര്യവീട്ടിൽ താമസിക്കേണ്ടി വന്ന ചെറിയച്ഛന്റെ ചിത്രം *നാലുകെട്ടി*ലുണ്ട്. മടുപ്പ് തോന്നുന്ന ജീവിതത്തിനിടയ്ക്ക് ഒഴിവ് സമയങ്ങളിൽ അടുത്ത വീട്ടിലെ കുട്ടികളോട് വർത്തമാനം പറഞ്ഞിരിക്കാറുള്ള ചെറിയച്ഛൻ എന്റെ അച്ഛനായിരുന്നു.)

ഈയിടക്ക് ഗൾഫ് നാടുകളിൽ സന്ദർശനം നടത്തി തിരിച്ചുവന്ന എം ടി പറഞ്ഞു:

"ഞാൻ രതിയുടെ അടുത്ത് പോയിരുന്നു."

രതി എന്റെ പെങ്ങളുടെ മകളാണ്. അതായത് എം ടി യുടെ ചെറിയമ്മയുടെ മകൾ. സൗദി അറേബ്യയിൽ അവൾക്കും അവളുടെ ഭർത്താവിനും ജോലിയുണ്ട്.

സന്ദർശനത്തിന്റെ തിരക്കിട്ട പരിപാടികൾക്കിടയിൽ വിദേശത്താണെങ്കിൽ പോലും കുടുംബാംഗങ്ങളുടെയും വേണ്ടപ്പെട്ടവരുടെയും സുഖവിവരങ്ങൾ അന്വേഷിക്കാനും തരപ്പെട്ടാൽ കാണാനും എം ടി ശ്രമിക്കാറുണ്ട്.

തൃത്താല ഹൈസ്കൂളിലാണ് ഞാൻ പഠിച്ചത്. എം ടി യുടെ കാലത്ത് ഈ ഹൈസ്കൂൾ ഇല്ലായിരുന്നു. അതുകൊണ്ട് എം ടി യുടെ ഹൈസ്കൂൾ പഠനം കുമാരനെല്ലൂരിലായിരുന്നു. എനിക്ക് അഞ്ച് വയസ്സാകും മുമ്പ് തന്നെ അച്ഛൻ മരിച്ചിരുന്നു. അമ്മയ്ക്ക് മുതിർന്ന ആൺമക്കളില്ല. തറവാട്ടിൽ ഞങ്ങൾ മാത്രമേയുള്ളൂ. ഹൈസ്കൂൾ മാസം ആറു റുപ്പിക ഫീസ് നല്കണം. കാന്റീനിൽ ദിവസം പത്തു പൈസ കൊടുത്താൽ സൗജന്യ നിരക്കിൽ കുട്ടികൾക്ക് ഉച്ചഭക്ഷണമുണ്ട്. തൃത്താലയ്ക്ക് ബസില്ലാത്തതുകൊണ്ട് ബസ് ചാർജ് വേണ്ട. നാലു നാഴിക അങ്ങോട്ടും ഇങ്ങോട്ടും നടക്കണം.

വീട്ടിലെ എല്ലാ പെൺകുട്ടികളുടെ വിവാഹങ്ങൾക്കും എം ടി സാമ്പത്തിക സഹായങ്ങൾ നല്കിയിട്ടുണ്ട്. ജ്യേഷ്ഠന്മാരുടെ മക്കൾക്കും മക്കളുടെ മക്കൾക്കും. ചെറിയമ്മയുടെ മകളുടെ കുട്ടികളുടെ വിവാഹങ്ങൾക്ക് എം ടി മുൻപന്തിയിൽ ഉണ്ടായിരുന്നു. കാരണം ഓപ്പോളുടെ ഭർത്താവ് മരിക്കുമ്പോൾ കുട്ടികളൊക്കെ പഠിക്കുകയായിരുന്നതുകൊണ്ടു തന്നെ അവർക്ക് എം ടി യിൽ നിന്ന് പ്രത്യേകമായ പരിഗണനയുണ്ടായിരുന്നു.

എനിക്ക് ജോലിയുണ്ട്. എന്റെ ഭാര്യക്ക് ജോലിയുണ്ട്. ഞങ്ങളുടെ മൂത്ത മകൾ ലേഖയുടെ കല്യാണം നടന്നത് എം ടി ക്ക് ജ്ഞാനപീഠം ലഭിച്ച ഉടനെയായിരുന്നു.

സ്വീകരണങ്ങളുടെ തിരക്കിലാണെങ്കിലും ഉണ്ണ്യേട്ടനും കുടുംബവും ഒരു ദിവസം മുമ്പ് തന്നെ കല്യാണത്തിന് എത്തി. കല്യാണത്തിന്റെ ഒരുക്കങ്ങളെക്കുറിച്ച് അന്വേഷിക്കാൻ അതിനുമുമ്പും എത്തിയിരുന്നു.

കല്യാണത്തിന് മുമ്പ് കോഴിക്കോട്ട് ചെന്ന് ഉണ്ണ്യേട്ടനെ കണ്ടപ്പോൾ ഞാൻ പ്രത്യേകം പറഞ്ഞിരുന്നു:

"വന്നാൽ മതി. മറ്റൊന്നും വേണ്ട."

ഒരു ദിവസം കോഴിക്കോട്ടു നിന്ന് ഫോണിൽ വിളിച്ചു.

"അവളെ കൂട്ടി കോഴിക്കോട്ട് വാ–"

"എല്ലാ പെൺകുട്ടികൾക്കും എന്നാൽ കഴിയുന്നത് ഞാൻ കൊടുത്തു. ഇനി ഇവൾക്കായിട്ട് ഒന്നും കൊടുക്കാതിരിക്കുന്നത് എങ്ങനെ?"

ഉണ്ണ്യേട്ടൻ സരസ്വത്യേടത്തിയമ്മയോട് പറഞ്ഞു. ഏട്ടത്തിയമ്മ, അവളെക്കൊണ്ടു പോയി മാലയും രണ്ടു വളകളും വാങ്ങിക്കൊടുത്തു.

ആരുടെ മുന്നിലും ഗൗരവം വിട്ടൊഴിയാത്ത മുഖത്തോടെ അധികം സംസാരിക്കതെ ഇരിക്കുന്ന ഈ വലിയ എഴുത്തുകാരന്റെ മനസ്സ് ഞങ്ങളെപ്പോലെ അടുത്തറിഞ്ഞിട്ടുള്ള കുറച്ച് ആളുകളെങ്കിലും വായിച്ചിട്ടുണ്ട്.

അവിടെ ആർദ്രതയുടെ പച്ചപ്പുണ്ട്.

സ്നേഹത്തിന്റെ നീരുറവയുണ്ട്.

നാട്ടുകാരിൽ അപൂർവ്വം ചില ആളുകൾക്കും ഞങ്ങളുടെ തറവാടിന്റെ മറ്റു താവഴികളിൽപ്പെട്ട ചില കുടുംബങ്ങൾക്കും എം ടി യോട് പരിഭവങ്ങളുണ്ട്. നേര് പറഞ്ഞതിന്റെ നീരസം മനസ്സിൽ സൂക്ഷിക്കുന്ന ചിലരെങ്കിലുമുണ്ട്.

എം ടിയുടെ വളർച്ചയിലും ഉയർച്ചയിലും നേട്ടങ്ങളിലും അസൂയയും വിദ്വേഷവും ഉള്ളിലൊതുക്കാൻ കഴിയാത്ത സമകാലീനരായ എഴുത്തുകാരുണ്ട്.

എല്ലാവരാലും സ്നേഹിക്കപ്പെടണമെന്നും പരിഗണിക്കപ്പെടണമെന്നും ചെറുപ്പം മുതലേ വാശിയുണ്ടായിരുന്നവനാണ് 'വാസു' എന്ന് എന്റെ അമ്മ പറഞ്ഞു കേട്ടിട്ടുണ്ട്.

ചെറുപ്പം മുതല്ക്കുള്ള വാശിയും ലക്ഷ്യങ്ങൾ നേടാനുള്ള പ്രയത്നവും എം ടി യുടെ നേട്ടങ്ങൾക്ക് പിന്നിലുണ്ട്.

7

സത്യത്തിന്റെ മുത്തുകൾ കണ്ടെത്തിയ കാഥികൻ

തുടക്കക്കാരായ കഥാകൃത്തുക്കൾക്ക് വേണ്ടിയുള്ള ഒരു ശില്പ ശാലയിൽ വെച്ച് എം ടി പറഞ്ഞു കൊടുത്ത കാര്യങ്ങൾ വായിച്ചത് ഓർമ്മയിലെത്തുന്നു.

> മുമ്പേ പോയവർ ആയിരം പ്രമേയങ്ങൾ, ആയിരം രീതികളിൽ ശൈലികളിൽ ആവിഷ്കരിച്ചിട്ടുണ്ട്. ആ മാതൃകകളെല്ലാം നമ്മുടെ മുമ്പിലുണ്ട്. ഈ ആയിരം വഴികളിലൊന്നും തന്നെയല്ല എഴുതി തുടങ്ങുന്ന ആളുടെ വഴി. ആയിരത്തൊന്നാമത്തെ വഴി നിങ്ങളുടെ സ്വന്തം വഴി മുന്നിലുണ്ട്. അത് കണ്ടെത്തുക.
> ജീവിതത്തിന്റെ നെടുംപാതയിലെവിടെയോ വെച്ച് നേരിട്ടോ പറഞ്ഞു കേട്ടോ മനോഹരമായ സത്യത്തിന്റെ ഒരു നുറുങ്ങ് വീണു കിട്ടിയിരിക്കുന്നു എന്നു തോന്നുന്നു. അപ്പോൾ സ്വയം ചോദിക്കേണ്ട ഒരു ചോദ്യമുണ്ട്. ചെയ്യാൻ പോകുന്ന അദ്ധ്വാനം ന്യായീകരിക്കുന്നതുതന്നെയല്ലേ ഈ മനസ്സിലെ കരട്.

തനിക്ക് മുമ്പേ കടന്നുപോയവരുടെ വഴികൾ ഉപേക്ഷിച്ച് സ്വന്തം വഴി കണ്ടെത്തിയ ആളാണ് എം ടി.

തൊട്ടതൊക്കെ പൊന്നാക്കാൻ സിദ്ധിയുള്ള പ്രതിഭാസമ്പന്നനെന്ന് പലപ്പോഴും എം ടി യെ വിശേഷിപ്പിച്ചിട്ടുണ്ട്.

*നാലുകെട്ടി*ലും *അസുരവിത്തി*ലും *കാല*ത്തിലും നിറഞ്ഞു നില്ക്കുന്ന ഗ്രാമം കൂടല്ലൂർക്കാരുടേതാണ്. ഈ ഗ്രാമം നോവലുകളിലും എം ടി യുടെ പ്രശസ്തമായ മറ്റനേകം കഥകളിലും സജീവമായ സാന്നി ദ്ധ്യമായിത്തീരുന്നു. കൂടല്ലൂരിന്റെ മണ്ണും വിണ്ണും ഗ്രാമത്തെ തഴുകിയൊ ഴുകുന്ന നിളാനദിയും വൃക്ഷത്തലപ്പുകളിൽ മർമ്മരമോതുന്ന വൃശ്ചിക

ക്കാറ്റും കിളിവാതിലിലൂടെ കടന്നുവരുന്ന ധനുമാസക്കുളിരും ലോകത്ത് എവിടെ ഇരുന്നാലും വായനക്കാരന് അപൂർവ്വമായ ഒരനുഭവവും അനുഭൂതിയുമായിത്തീർന്നു. തന്റെ ജീവിതത്തിന്റെ നെടുംപാതയിലെവിടെയോ നേരിട്ടോ പറഞ്ഞു കേട്ടോ അനുഭവിച്ച സത്യത്തിന്റെ നുറുങ്ങുകളാകണം ഉണ്ണ്യേട്ടന്റെ കഥകളധികവും. സത്യത്തിന്റെ ആ കരടുകൾ ഉണ്ണ്യേട്ടന്റെ മനസ്സിൽ അസ്വസ്ഥതകൾ സൃഷ്ടിച്ച് ഏറെക്കാലം കിടന്നിരിക്കണം. ഭാഷയുടെ ശക്തിയും ചൈതന്യവും മനസ്സിലാക്കി സ്വന്തം രീതികളിൽ ആവിഷ്കരിച്ചപ്പോഴാണ് അവ മുത്തുകളായിത്തീർന്നത്.

എന്റെ അമ്മയ്ക്ക് എഴുതാനും വായിക്കാനും അറിയില്ല. കുട്ടിയായിരിക്കുമ്പോൾ തറവാട്ടിലെ കുട്ടികളെ എഴുത്ത് പഠിപ്പിക്കാൻ വന്ന എഴുത്താശാന്റെ കീഴിൽ അമ്മയും എഴുത്ത് പഠിക്കാൻ പോയി ഇരുന്നിട്ടുണ്ട്. അന്നൊക്കെ അത്യാവശ്യം എഴുതാനും വായിക്കാനും കഴിയുമായിരുന്നു. പിന്നെ അക്ഷരങ്ങളുടെ ഉപയോഗമില്ലാതായപ്പോൾ, പഠിച്ചതൊക്കെ മനസ്സിൽ കിടന്ന് തുരുമ്പ് പിടിച്ച് നശിച്ചു. ഉണ്ണ്യേട്ടന്റെ കഥകളും നോവലുകളും ആരെങ്കിലും അമ്മയെ വായിച്ച് കേൾപ്പിക്കുമായിരുന്നു. വാസു എഴുതിയതുകേട്ട് അമ്മ പറയുന്നു:

''ഇതൊക്കെ ഈ കുട്ടി ഇത്രയും കാലം മനസ്സിൽവെച്ച് നടന്നുവല്ലോ.''

അമ്മ പോലും മറന്നുപോയ കാര്യങ്ങളാണ്.

ഉണ്ണ്യേട്ടൻ തൂലികയിലൂടെ 'അമരന്മാ'രായിത്തീർന്ന മണ്മമറഞ്ഞവരും ജീവിച്ചിരിക്കുന്നവരുമായ ഒട്ടേറെ കൂടല്ലൂർക്കാരുണ്ട്. അവർ ഞങ്ങളുടെ കുടുംബക്കാരോ ബന്ധുക്കളോ അയല്ക്കാരോ ആയിരിക്കാം. കൂടല്ലൂരിന്റെ കഥാകാരനായി എം ടി യെ ചിലരെങ്കിലും വിശേഷിപ്പിച്ചതിന്റെ പിന്നിലെ പൊരുളും ഇതായിരിക്കാം.

ഈ വിശേഷണം കൂടല്ലൂർക്കാരായ ഞങ്ങളുടെ ഉള്ളിലുണർത്തുന്ന അഭിമാനം ചെറുതല്ല.

തകഴി ശിവശങ്കരപ്പിള്ള–

വൈക്കം മുഹമ്മദ് ബഷീർ–

പൊൻകുന്നം വർക്കി–

എം ടി മാത്രം സ്വന്തം സ്ഥലപ്പേരുവെച്ച് എഴുതിയില്ല എന്ന് ഒരിക്കൽ പരിഭവപ്പെട്ട കൂടല്ലൂർക്കാരന് അന്ന് തോന്നിയ സ്വന്തം 'മൂഢത്വ'ത്തെക്കുറിച്ചോർക്കുമ്പോൾ ഇന്ന് ജാള്യം.

പ്രശസ്തരും അപ്രശസ്തരുമായ ഒട്ടേറെ എഴുത്തുകാരും സഹൃദയരായ വായനക്കാരും എം ടിയുടെ ഗ്രാമം തേടിയെത്തുമ്പോൾ അവരുടെ കണ്ണുകളിൽ ഇപ്പോൾ അത്ഭുതമില്ല. എം ടി യിലൂടെ കൂടല്ലൂർ ഗ്രാമം പ്രസിദ്ധമായിത്തീർന്നിരിക്കുന്നു എന്ന തിരിച്ചറിവ് അവർക്കുണ്ട്. ചിലരെങ്കിലും അന്യനാടുകളിൽ പോയി ഇപ്പോൾ സ്വയം പരിചയപ്പെടുത്തുന്നത് 'എം ടി' യുടെ നാട്ടുകാരൻ എന്നുപറഞ്ഞാണ്.

'സ്ഥലപുരാണം' എന്ന കഥയിലെ ആദ്യവാചകം തന്നെ തുടങ്ങുന്നത് നോക്കുക:

"ഞങ്ങളുടെ കുരുതിപ്പറമ്പിനുള്ള സ്ഥലം ഞങ്ങളുടെ ഭഗവതിക്ക് കാഴ്ചവെച്ചത് ഞങ്ങളുടെ പുഴയായിരുന്നു."

ഈ കുരുതിപ്പറമ്പ് ഞങ്ങൾ, കൂടല്ലൂർക്കാരുടേതാണ്.

കൊടിക്കുന്നത്തമ്മ ഞങ്ങളുടെ അമ്മയാണ്. ഞങ്ങളുടെ ഭഗവതിയാണ് ഈ പുഴ, ഭാരതപ്പുഴ ഞങ്ങളുടെ പുഴയാണ്.

"താളും തകരയും വളരുന്നനാടും നാടിന്റെ പുഴയും."

ഭഗവതിയെ മാത്രമല്ല എം ടിയെയും ആകർഷിച്ചിട്ടുണ്ട്.

"ഭഗവതിയുടെ ആഗ്രഹം, കാറ്റ് അകലത്തെ മലയോളം ചെന്ന് മൊഴിഞ്ഞു. മലയിൽ മഴ പെയ്തു. മലവെള്ളം പുഴ നിറച്ചു. അഞ്ചാലും അരയാലും വളരാനും മൂന്നാന നിരന്ന് ഉത്സവം നടത്താനുള്ള സ്ഥലം അമ്മയ്ക്ക് കാഴ്ചവെച്ച് പുഴ പിൻവാങ്ങി, വഴി വിട്ടൊഴുകി."

ഞങ്ങളുടെ തറവാടിന് നേരെമുന്നിൽ ഈ കുരുതിപ്പറമ്പുണ്ട്. ഞങ്ങളുടെ തറവാട്ടിൽ 'മച്ചിന'കത്ത് കൊടിക്കുന്നത്ത് അമ്മയുണ്ട്. തലമുറകളായി ഞങ്ങൾ കൂടല്ലൂർക്കാരും തെക്കേപ്പാട്ടുകാരും കാതുകളിലേക്ക് പകർന്നു നില്ക്കുന്ന ഒരു കഥയുണ്ട്. നേരായാലും നുണയായാലും കൊടിക്കുന്നത്തെ ഭഗവതി ഞങ്ങളുടെ അമ്മയാണ്. അത് ഞങ്ങളുടെ വിശ്വാസമാണ്.

രണ്ടു വർഷങ്ങൾക്കു മുൻപ് കൂടല്ലൂരിൽ വെച്ച് കൊടിക്കുന്നത്ത് അമ്മയ്ക്കു വേണ്ടിയുള്ള 'ഗുരുതി' നടത്തി. ദേശഗുരുതിയെന്നാണ് കർമ്മത്തെ വിളിക്കുക. മൂന്നോനാലോ വർഷങ്ങൾ കഴിയുമ്പോൾ അല്ലെങ്കിൽ ആറോ ഏഴോ വർഷങ്ങൾ കഴിയുമ്പോൾ നാട്ടുകാർ ദേശഗുരുതി നടത്തുന്നു. കഴിഞ്ഞ ഗുരുതികൾക്കും എം ടിയും കുടുംബവും വന്നു.

ആദ്യാവസാനം എല്ലാ ചടങ്ങുകൾക്കും നേതൃത്യം നല്കി, എം ടി മുന്നിൽ. ഗുരുതി കാണാൻ കൂടെ കവിയായ കിളിമാനൂർ മധുവും വന്നു.

എം ടി ചൂണ്ടിക്കാണിച്ചുതന്ന മുത്തുവിളയും കുന്നും അതിരാളൻ കാവും ചുറ്റും കൈതക്കാടുകൾമൂടിയ കുളക്കോഴികൾ കലപില കൂട്ടുന്ന കുമ്മാണിക്കുളവും ഇതാ ഇവിടെയാണ്.

ഒരിക്കൽ കോവിലൻ വന്നു. എം ടി നടന്നുപോയ ആ വയൽവരമ്പുകൾ എവിടെ എന്ന് ചോദിച്ചു.

കോവിലന്റെ മനസ്സിൽ ഒരു വയൽ വരമ്പ് മായാതെ കിടക്കുന്നു. 'വയലാർ അവാർഡ്' ലഭിച്ച എം ടി ക്ക് ജന്മനാട് നല്കിയ സ്വീകരണച്ചടങ്ങുകളോടനുബന്ധിച്ച് ചേർന്ന അനുമോദനസമ്മേളനത്തിൽ വെച്ച് കരുത്തനായ കാഥികൻ കോവിലൻ – ഈ വയൽവരമ്പിനെക്കുറിച്ച് പരാമർശിച്ച് സംസാരിച്ചു.

"നനഞ്ഞ വയൽ വരമ്പിന്റെ അരികിൽ പുതുമഴയ്ക്ക് ജീവൻവെച്ച കറുകത്തലപ്പുകളിൽ ഉറങ്ങിക്കിടക്കുന്ന പച്ചക്കുതിരകൾ കാല്പാടുകളുടെ ശബ്ദം കേട്ട് ഞെട്ടിയുണരുന്നു. കാൽവണ്ണയിൽ തട്ടി വരമ്പ് ചാടു

മ്പോൾ അവ നനുഞ്ഞ ശബ്ദമുണ്ടാക്കുന്നു."

*കാല*ത്തിലെ സേതു നടന്നുപോയ വഴി–

എം ടി നടന്നുപോയ വഴി–

രാത്രി, ഈ വരമ്പിൽനിന്ന് പച്ചക്കുതിരകൾ ഈ കാല്പാടുകളുടെ ശബ്ദങ്ങൾ കേട്ട് നനുത്ത ശബ്ദമുണ്ടാക്കി ചാടിപ്പോവാറുണ്ട്. ആ ചലനങ്ങളും ശബ്ദങ്ങളും എം ടി സ്വന്തം മനസ്സിലേക്ക് ആവാഹിച്ചെടുക്കുന്നു.

"അകലെ ഇരുമ്പുപാലവും തണ്ടുപാളങ്ങളും വിറയ്ക്കുന്നു. മലവെള്ളം സ്വപ്നം കണ്ടുണങ്ങിയ പുഴ– എന്റെ പുഴ– പിന്നിൽ ചോര വാർന്നുവീണ ശരീരംപോലെ ചലനമറ്റുകിടക്കുന്നു."

ഓരോ സൂക്ഷ്മമായ ചലനവും ശബ്ദവും ഉണ്ണ്യേട്ടൻ അനുഭവിച്ചറിഞ്ഞ് ചാരുതയോടെ ഉള്ളിൽ തട്ടുംവിധം അക്ഷരങ്ങളിലൂടെ ആവിഷ്കരിച്ചിട്ടുണ്ട്.

"മുടിയഴിച്ചിട്ട് മയങ്ങുന്ന കവുങ്ങിൻ തലപ്പുകളിൽ സ്വപ്നത്തിലെ മന്ദഹാസം പോലെ നിലാവിന്റെ വെണ്മ പുകയുന്നത് കണ്ടു."എം ടി തന്റെയും കുടുംബത്തിന്റെയും ബന്ധുക്കളുടെയും കഥകൾ ഓർത്ത് കിടന്നിരിക്കാം–

*കാല*ത്തിലെ ചെറിയമ്മ എന്റെ അമ്മയാണ്.

മാധവമ്മാമ ഞങ്ങളുടെ ചെറിയ അമ്മാമയായിരുന്നു. (കാലത്തിൽ പേരുമാറ്റി മാധവമ്മാമ എന്നാക്കി)

"ചെറിയമ്മ ഉഷ്ണകാലം തുടങ്ങിയാൽ റൗക്ക ഇടില്ല. മുഷിഞ്ഞ് വലിയ ഒന്നരയുടുത്ത് അതു പകുതിമാത്രം മറയുന്ന ഒരു തോർത്ത് മീതെ ചുറ്റി ഉമ്മറത്ത് ലാത്തിക്കൊണ്ടിരിക്കും."

അമ്മയ്ക്ക് ചില നന്മകളുണ്ട്. ചില തിന്മകളുണ്ട്.

അതിഥികൾ വരുമ്പോഴും ഈ വേഷത്തിലൊക്കെ അമ്മ സ്വന്തം തറവാട്ടിന്റെ സ്വകാര്യതയിൽ ഉമ്മറത്ത് ലാത്തിക്കൊണ്ടിരിക്കുന്നത് ഞാൻ കണ്ടിട്ടുണ്ട്.

പക്ഷേ, *കാല*ത്തിലെ ചെറിയമ്മയ്ക്കുള്ളതുപോലെ വെള്ളപ്പാണ്ടു കയറിയ ചുണ്ടുകൾ എന്റെ അമ്മയ്ക്കില്ല. വെള്ളപ്പാണ്ടുകയറിയ ചുണ്ടുകളുള്ള ഒരു ചെറിയമ്മയെയോ, അമ്മായിയേയോ ഞാൻ ഞങ്ങളുടെ കുടുംബത്തിലെ ഏതോ താവഴിയിലോ ഏതോ ബന്ധുഗൃഹങ്ങളിലോ കണ്ടിട്ടുണ്ട്. പൊടിവലിക്കുന്ന സ്വഭാവവും അമ്മയ്ക്കില്ല. മറ്റേതോ താവഴിയിൽ ഒരു 'വല്യമ്മ' ബീഡി വലിച്ചിരുന്നു എന്ന് കേട്ടിട്ടുണ്ട്.

തന്നിഷ്ടങ്ങൾ അമ്മയ്ക്കുണ്ട്. അമ്മയുടെ ഇഷ്ടങ്ങൾക്ക് എതിരു പറഞ്ഞാൽ അമ്മയ്ക്ക് അത് രസിക്കില്ല. വലിയ ഇഷ്ടമായിരുന്നെങ്കിലും വല്യമ്മയോടും അമ്മ പിണങ്ങി നില്ക്കും. ക്ഷണനേരം കൊണ്ട് ആ പിണക്കം തീരുകയും ചെയ്യും.

*കാല*ത്തിലെ സേതുവിന് ചിലപ്പോഴെങ്കിലും ചെറിയമ്മയോടും അരിശം തോന്നിയിട്ടുണ്ടാവാം. അമ്മയായാലും ചെറിയമ്മയായാലും ചിലപ്പോഴെങ്കിലും വെറുപ്പ് തോന്നും.

അരിശത്തോടെ സേതു പലപ്പോഴും ആലോചിച്ചിട്ടുണ്ട്. അസത്ത്! ഈ വേഷത്തിൽ ഉമ്മറത്ത് പോവണോ.

ഒപ്പം പഠിക്കുന്ന കുട്ടികൾ സേതുവിന്റെ വീട് കാണാൻ വന്നപ്പോൾ ഒരു ഗ്ലാസ് ചായകൊടുക്കാൻപോലും അവിടെ പാലില്ല. പഞ്ചസാരയില്ല.

"മിണ്ടാൻ പാടില്ലല്ലോ. വായ തൊറന്ന് കമാന്നൊരക്ഷരം ഞാൻ പറഞ്ഞാൽ തെറ്റായി. എന്തുപറഞ്ഞാലും തെറ്റാ– അല്ലെങ്കിൽ നീയ് പറയെടാ– എന്തേപ്പ ഞാൻ പറഞ്ഞത്–"

*കാലത്തി*ലെ ചെറിയമ്മയുടെ വാക്കുകൾ എന്റെ അമ്മയിൽ നിന്ന് ഞാൻ പലപ്പോഴും കേട്ടിട്ടുള്ളതാണ്. ഇപ്പോഴും കേട്ടുകൊണ്ടിരിക്കുന്നു.

ആരെങ്കിലും 'പഞ്ചായത്തി'ന് കിട്ടിയാൽ അമ്മയ്ക്ക് അന്ന് വലിയ ഉത്സാഹമാണ്. അവർക്കൊക്കെ ഊണും ചായയും കൊടുക്കണം. ദാരിദ്ര്യം കൊണ്ടുമാത്രം വീട്ടിൽ വന്ന് അമ്മയുമായി പഞ്ചായത്ത് പറഞ്ഞിരിക്കാൻ ചിലർ വരാറുണ്ട്.

ചെറോണമ്മ–

കോതമ്മ–

ആമിനുമ്മ–

കുഞ്ഞീമ–

ഒന്നും കഴിക്കാതെ തനിക്കുള്ളത് അവർക്ക് വിളമ്പിക്കൊടുക്കും.

നാട്ടിൽ ഓരോ മരണം നടക്കുമ്പോഴും ഉണ്ണ്യേട്ടന് എഴുതണമെന്ന് തോന്നി–

അസുരവിത്ത് അനശ്വരനാണ്.

പക്ഷേ, നമ്മുടെ ഗോപിയേട്ടൻ മരിച്ചു.

നെറ്റിയിൽ ഭസ്മക്കുറിതൊട്ട് കറുപ്പ് മുണ്ടുടുത്ത് ഒട്ടിയ കവിളുകളിൽ വളർന്നുമുറ്റിയ നരച്ച താടിരോമങ്ങളുമായി അശ്വതിക്ക് മുന്നിൽ ഒരിക്കൽ ഗോപിയേട്ടൻ വന്നുനില്ക്കുന്നു. രാത്രിയിൽ കോഴിക്കോട്ടുനിന്ന് വാസു വന്നിട്ടുണ്ട് എന്നറിഞ്ഞ് ഗോപിയേട്ടൻ രാവിലെ തന്നെ എത്തിയതാണ്. മരിച്ചു കഴിഞ്ഞാൽ മൃതദേഹം മൂടാൻ ആറടി മണ്ണുപോലും സ്വന്തമില്ലാത്ത ഗോപിയേട്ടന് ഒരു സാമുദായിക സംഘടന വീടുവെച്ചു കൊടുക്കാമെന്ന് ഏറ്റിട്ടുണ്ടത്രേ. സംഘടന നല്കുന്ന പണം കൊണ്ട് വീടുപണി മുഴുമിക്കാൻ കഴിയില്ല. വാസു എന്തെങ്കിലും സഹായിക്കണം. അതിനാണ് ഗോപിയേട്ടൻ വന്നിട്ടുള്ളത്.

കൊച്ചു കൊച്ചു സാമ്പത്തിക സഹായങ്ങൾക്കായി ഇതിനുമുമ്പും ഗോപിയേട്ടൻ വാസുവിനെ കാണാൻ വന്നിട്ടുണ്ട്.

ഉണ്ണ്യേട്ടൻ സഹായിച്ചു. നാട്ടിൽ പലരും സഹായിച്ചു.

പക്ഷേ, മരിക്കുംമുമ്പ് ഒരു ദിവസംപോലും ഗോപിയേട്ടന് അവിടെ അന്തിയുറങ്ങാൻ കഴിഞ്ഞില്ല. പണിതീർത്തവീട് ഒരു കാറ്റിലും മഴയിലും തകർന്നു വീണു. സ്ഥലദാനം ചെയ്ത ആൾ അത് തിരിച്ചു വാങ്ങുകയും ചെയ്തു.

ഒരു ജന്മംകൊണ്ട് പലവേഷങ്ങൾ കെട്ടിയാടിയ ആളാണ് ഗോപി

യേട്ടൻ. മുത്തശ്ശിയുടെ ഒരു സഹോദരിയുടെ മകൻ പൂമാൻതോട്ടുമുതൽ കൈതത്തോട് വരെയുള്ള ഭൂമിയുടെ അവകാശികളായിരുന്ന ഒരു തറ വാട്ടിൽ പിറന്നവൻ.

വയനാട്ടിൽ ജോലിയുണ്ടായിരുന്നപ്പോൾ സിൽക്കിന്റെ ജുബ്ബയും പത്തുവിരലിലും സ്വർണ്ണമോതിരവുമായി കൂടല്ലൂർ അങ്ങാടിയിലൂടെ ആളു കളുടെ ശ്രദ്ധപിടിച്ച പറ്റി നടന്നുപോയ ഗോപിയേട്ടനെ ഞാൻ കണ്ടിട്ടുണ്ട്. സഹായിക്കേണ്ടവരെ കണ്ടപ്പോൾ ജുബ്ബയുടെ പോക്കറ്റിൽ കൈയിട്ട് പുത്തൻ നോട്ടുകൾ വാരിക്കൊടുത്തു.

പിന്നെ കേട്ടത് പണാപഹരണത്തിന് ഗോപിയേട്ടനെ പിരിച്ചുവിട്ടു എന്നാണ്.

വലിയൊരു തറവാട്ടിൽ നിന്നാണ് ഗോപിയേട്ടൻ കല്യാണം കഴിച്ചി രുന്നത്. ഭാഗം വാങ്ങിയതൊക്കെ വിറ്റുതുലച്ചു. ഭാര്യാവീട്ടുകാരുമായി പിണങ്ങി. പിന്നെ അവരെ അപമാനിക്കാൻ, അവരുടെ നാട്ടിൽ റോഡുപണിക്ക് പോയി. ഒരു രാത്രി ഭാര്യയുടെ കഴുത്തിൽ നിന്ന് താലി ച്ചങ്ങല പൊട്ടിച്ച് ഓടിപ്പോയി എന്നുകേട്ടു.

സ്വന്തം പെങ്ങളോടും പ്രതാപശാലിയായിരുന്ന അളിയനോടും ഉള്ള പകവീട്ടാൻ ഗോപിയേട്ടൻ 'പൊന്നാനി പോയി തൊപ്പിയിട്ട് വന്ന്' ഇസ്ലാ മായി.

ഗോപിയേട്ടനെക്കുറിച്ച് ദിവസവും ഓരോ കഥകൾ 'വരടി'യും വിറകും പെറുക്കാൻ 'മാട്ട്വോറത്ത്' പോയ പെണ്ണുങ്ങളെ ആട്ട്യേത്തീത്-

പകൽ മുഴുവൻ ആളില്ലാത്ത പുരയ്ക്കകത്ത് കയറി ഒളിച്ചിരിക്കും.

ചിലപ്പോൾ പറങ്കിമാവിൻ തോട്ടത്തിൽ –നട്ടുച്ചയ്ക്ക് പുഴവക്കത്തെ കഴുപ്പറമ്പിൽ –

രാത്രിയിൽ ആരുടേയോ വാഴക്കുല വെട്ടി.

പുറത്ത് വെച്ച ചെമ്പും കിണ്ടിയും എടുത്ത് ഓടി.

ഒരു ദിവസം കുഞ്ഞീമ വന്ന് അമ്മയോടു പറയുന്നു:

"ഗോപ്യാരെ കണ്ടു. കുഞ്ച്യോപ്പോളുടെ കാര്യങ്ങൾ ചോദിച്ചറിഞ്ഞു. പാവം നായരുട്ടി. പലദിവസവും അത്താഴപ്പട്ടിണിയാണത്രെ–"

കഥകേട്ട് അമ്മയുടെ മനസ്സ് അലിഞ്ഞു.

ചോറും കറികളും പാത്രത്തിലാക്കി അമ്മ കുഞ്ഞീമയെ ഏല്പി ക്കുന്നു.

"ഗോപിയെ കണ്ടാൽ കൊടുക്കിൻ."

മതം മാറിവന്ന ഗോപിയേട്ടന് നാടുനീളെ സ്വീകരണങ്ങളും സൽക്കാ രങ്ങളും.

സൽക്കാരവും സ്വീകരണവും കഴിഞ്ഞു.

വീണ്ടും ആര്യസമാജത്തിൽ പോയി ഗോപിനായരായി.

സ്വന്തം വ്യർത്ഥജന്മത്തെക്കുറിച്ച് അന്ത്യകാലത്ത് ഗോപിയേട്ടൻ ദുഃഖിച്ചിരുന്നു– പിന്നെ വലിയ ദൈവഭക്തനായി.

"വാഴക്കാവി"ലെ നിത്യപൂജയ്ക്ക് പണം പിരിക്കുന്നത് ഗോപിയേട്ട

നാണ്. എല്ലാവർഷവും വ്രതവും നോമ്പുമെടുത്ത് ശബരിമലയ്ക്ക് പോവും.

ആ ഗോപിയേട്ടനാണ് മരിച്ചത് – മുത്തശ്ശിയുടെ സഹോദരിക്ക് 'ആറാം തമ്പ'ത്തിലുണ്ടായ അസുരവിത്ത്.

തൊട്ടടുത്ത വീട്ടിലെ ഭ്രാന്തൻ വേലായുധനെക്കുറിച്ച് അമ്മ പറഞ്ഞുതന്ന അറിവുകളുണ്ട്. നല്ല ഒത്ത ചെറുപ്പക്കാരൻ. വടക്കേതിൽ അമ്മായിയുടെ ആങ്ങള.

കാൽച്ചങ്ങല കിലുക്കി നടന്നിരുന്ന ഭ്രാന്തൻ വേലായുധൻ.

പക്ഷേ, വേലായുധനെ ഞാൻ കണ്ടിട്ടില്ല. പറഞ്ഞു കേട്ട അറിവേയുള്ളൂ. ഉണ്ണ്യേട്ടൻ ഭ്രാന്തൻ വേലായുധേട്ടനെ കണ്ടിട്ടുണ്ടോ എന്നറിയില്ല. പക്ഷേ, ഭ്രാന്തൻ വേലായുധേട്ടന്റെ മനസ്സ് അറിയാൻ എം ടി ക്ക് കഴിഞ്ഞു. ലോകത്തുള്ള എല്ലാ ഭ്രാന്തന്മാരുടെയും മനസ്സ് ഒന്നു തന്നെ.

"ഇരുട്ടിന്റെ ആത്മാവ്"

*നാലുകെട്ടി*ലെ കോന്തുണ്ണിനായർ മുത്തശ്ശിയുടെ മറ്റൊരു സഹോദരിയുടെ മകനാണ്. വെളുത്ത് തടിച്ച് സദാ മുറുക്കി ചോപ്പിച്ച് നടന്നിരുന്ന കോന്തുണ്ണിമ്മാമ.

കോന്തുണ്ണിമ്മാമയെ ഞാൻ കണ്ടിട്ടില്ല. സെയ്താലിക്കുട്ടി വിഷം കൊടുത്തു കൊന്നതാണെന്ന് കേട്ടിട്ടുണ്ട്. പങ്കുകച്ചവടത്തിൽ പങ്കാളിയുടെ മുതൽ തട്ടിയെടുക്കാനാണത്രെ ഈ കടുംകൈ ചെയ്തത്. പിന്നെ ആളുകൾ സ്വകാര്യമായി പറഞ്ഞുകേട്ടിട്ടുണ്ട്. ഏതോ ഒരു മുതലാളിയുടെ ബന്ധുവായ പെൺകുട്ടിയുമായി കോന്തുണ്ണിമ്മാമയ്ക്ക് അടുപ്പമുണ്ടായിരുന്നുവത്രെ. പക തീർക്കാൻ ആ മുതലാളി സെയ്താലിക്കുട്ടിയെ കരുവാക്കിയതാണെന്നും ആളുകൾ പറഞ്ഞിരുന്നു. പഴയകാലമായതുകൊണ്ട് കേസുണ്ടാവില്ല. സെയ്താലിക്കുട്ടി ശിക്ഷിക്കപ്പെട്ടുമില്ല.

എന്തായാലും ഏറെക്കാലം സെയ്താലിക്കുട്ടി ഒളിവിലായിരുന്നു.

ഒളിവിൽ നിന്ന് വന്ന സെയ്താലിക്കുട്ടിയെ ഞാൻ കണ്ടിട്ടുണ്ട്. കാണുമ്പോൾ ഉള്ളിൽ വെറുപ്പായിരുന്നു. ഭീതിയായിരുന്നു.

സെയ്താലിക്കുട്ടി മരിച്ചു.

നോക്കാൻ പ്രബലരായ മക്കളും പേരമക്കളും ഉണ്ടായിരുന്നു.

പക്ഷേ, ഈ ജന്മത്തിലെ പാപഫലം മുഴുവൻ ഈ മണ്ണിൽ വെച്ചു തന്നെ അനുഭവിച്ചാണ് മരിച്ചതെന്ന് ആളുകൾ പറഞ്ഞു. നരകം കുറെ അനുഭവിച്ചാണ് കണ്ണടഞ്ഞത്.

"ചമ്മിണിക്കാവിലെ ആയിരത്തിരിക്ക് രണ്ടു കൈയിലുമായി പിടിച്ച തിളങ്ങുന്ന ഓട്ടു താലത്തിൽ നാളികേരമുറിയിൽ കത്തിച്ചുവെച്ച അരിത്തിരിയുടെ തങ്കം വിതറുന്ന പ്രകാശത്തിൽ തുടുത്ത മുഖത്ത് ചുവന്ന സിന്ദൂരപ്പൊട്ടിട്ട് നിന്ന ഒരു പെൺകിടാവ്."

അത് ആരായിരുന്നു.

ലക്ഷ്മിക്കുട്ട്യേടത്തി– കാളിയേട്ടത്തിയുടെ മകൾ.

അമ്മ പറഞ്ഞിട്ടുണ്ട്.

"ചെറുപ്പത്തിൽ ലക്ഷ്മിക്കുട്ടിയെ കാണണം- കണ്ടാൽ കൈകഴുകി തൊടണം-"

പുഴവക്കത്തുനിന്ന് തകിലടിയുടെ ശബ്ദം ചെവിയോർത്തുകൊണ്ട് കുടുംബാംഗങ്ങളും ബന്ധുക്കളും ഒരു വിവാഹനാളിൽ വരനെ കാത്തിരുന്നു.

മുറ്റം നിറയെ പന്തലിട്ട് പെട്രോമാക്സുകൾ കത്തിച്ച് നിറപറയും നിലവിളക്കും വെച്ച് വരെ അക്ഷമയോടെ കാത്തിരിക്കുന്ന വധുവിന്റെ വീട്ടുകാർ.

ഓരോ വണ്ടി പാലത്തിലൂടെ കടന്നുപോവുമ്പോഴും പ്രതീക്ഷയുടെ നാമ്പുകൾ വിരിയും.

"ഈ വണ്ടിക്ക് വന്നിട്ടുണ്ടാവും."

അസുരവിത്തിൽ ഈ വിവാഹത്തെക്കുറിച്ച് പറയുന്നു. നെടുംപുരയിൽ സദ്യയൊരുക്കി സാധനങ്ങൾ മരപ്പാത്തികളിൽ ഇലകൊണ്ട് മൂടിയിട്ടിരിക്കുകയാണ്. കുട്ടികൾ വിശന്ന് ഉറക്കമായി.

അകത്തും പുറത്തും ഒച്ചയും അനക്കവും പതുക്കെ അടങ്ങി. വധുവും വീട്ടുകാരും വഞ്ചിക്കപ്പെട്ടിരിക്കുന്നു. വരനെക്കുറിച്ചന്വേഷിച്ച് ചെന്ന വധുവിന്റെ വീട്ടുകാരെ വരൻ സൽക്കരിച്ചത് മുസാവരി ബംഗ്ലാവിൽ വെച്ചായിരുന്നു. ഒരു പെൺവാണിഭം പുറത്താവുമെന്നറിഞ്ഞ് വരൻ മുങ്ങിക്കളഞ്ഞിരിക്കുന്നു.

ഞങ്ങളുടെ തറവാട്ടിൽ പണ്ട് ഇതു സംഭവിച്ചിട്ടുണ്ട്.

ഈ കഥയിലെ നായിക ലക്ഷ്മിക്കുട്ട്യേടത്തിയാണ്. തറവാട്ടിൽ പിറന്നിട്ടും കാണാൻ അഴകുണ്ടായിട്ടും ലക്ഷ്മിക്കുട്ട്യേടത്തിക്ക് പിന്നെ ഒരു വിവാഹാലോചന വന്നില്ല; *അസുരവിത്തി*ലെ കുഞ്ഞ്യോപ്പോള് അവരാണ്.

'അയൽക്കാരി'ലെ കുട്ടികൾ വലിയ ഉദ്യോഗസ്ഥരായിരിക്കുന്നു. അയൽക്കാർ *കാലവും* വായിച്ച് ഉണ്ണിമാമയോട് പരിഭവം-

ദരിദ്രമായ സ്വന്തം ബാല്യത്തെ വരച്ചുകാണിച്ച ആളാണ് എം ടി. ആഗ്രഹിച്ചതൊക്കെ കൈയിലെത്തുമ്പോഴും പ്രശസ്തിയുടെ കൊടുമുടിയിലെത്തി നില്ക്കുമ്പോഴും എം ടി ക്ക് കഴിഞ്ഞ കാലങ്ങൾ അപമാനമാവുന്നില്ല.

*കാല*ത്തിലെ സേതു ഒരു സത്യമാണ്.

'സുമിത്ര'യും സത്യമാണ്. ചെറിയമ്മയുടെ മകൾ പത്മു എന്റെ ഓപ്പോളാണ്.

ഈ സത്യത്തിന്റെ മുത്തുകൾ സ്വന്തം വഴിയിൽ കണ്ടെത്തി നമുക്ക് എറിഞ്ഞു തന്ന ആളാണ് എന്റെയും നിങ്ങളുടെയും എം ടി.